ஓம் ஷின்ரிக்கியோ

ஓர் அறிமுகம்

ஓம் ஷின்ரிக்கியோ

ஓர் அறிமுகம்

ஓம் ஷின்றிக்கியோ

ஓர் அறிமுகம்

பா. ராகவன்

Aum Shinrikyo: Or Arimugam
Author's Name: Pa Raghavan
Copyright © R. Ramya 2022
Published by Ezutthu Prachuram

Ezutthu Prachuram
(An imprint of Zero Degree Publishing)
No. 55(7), R Block, 6th Avenue,
Anna Nagar,
Chennai - 600 040

Website: www.zerodegreepublishing.com
E Mail id: zerodegreepublishing@gmail.com
Phone: 89250 61999

Ezutthu Prachuram First Edition: October 2022
ISBN: 978-93-93882-71-4
TITLE NO EP: 376

Cover Design & Layout: Vijayan

பொருளடக்கம்

1

ஓம்! ஓம்! ஓம்!

ஜப்பான் என்றதும் உங்களுக்கு என்னென்ன வெல்லாம் நினைவுக்கு வருகிறது?

இரண்டாம் உலக யுத்தம்? அணுகுண்டுத் தாக்குதல்? அதன்பிறகு ஏற்பட்ட அபார வளர்ச்சி? சோனி? மடக்கு விசிறி? அழகுப் பெண்கள்?

எங்காவது ஜப்பானியத் தீவிரவாத இயக்கம் என்று எதையாவது கேள்விப்பட்டதுண்டா? சிலருக்குத் தெரிந்திருக்கும். அதில் பலர் மறந்தும் இருக்கலாம். 1995ம் ஆண்டு ஜப்பானை மட்டுமல்ல; உலகத்தையே அச்சமும் வியப்பும் கலந்து நோக்கவைத்த ஒரு ஜப்பானிய இயக்கத்தை இங்கே மறு அறிமுகம் செய்துகொள்வோம்.

ம்ஹூம். அப்படிச் சொல்வது தப்பு. ஜப்பானிய - இந்திய கொலாபரேஷனில் பிறந்த ஒரு பக்தி கோட்டட் பஜனை பயங்கரவாத இயக்கம். தலைப்பைப் பாருங்கள். ஓம்! அந்த ஒரு வார்த்தையை வைத்துத்தான் இந்த ஜம்போ

இயக்கம் கட்டமைக்கப்பட்டது. முழுப்பெயர் ஓம் ஷின்ரிக்கியோ *(Aum Shinrikiyo)*.

பத்துப் பதினைந்து கொள்கைத் தீவிரர்கள் ஒருங்கிணைந்து ஆரம்பித்த இயக்கம் அல்ல இது. ஒத்தை ஆசாமி. அசப்பில் தாடி வைத்த தக்காளிப்பழம் மாதிரி இருக்கும் இந்த மனிதர் சைக்கோவா, பைத்தியமா, அரை லூசா, முழுத்தீவிரவாதியா என்று கைதாகிப் பலவருடங்கள் ஆனபின்பும் இன்னும் கண்டுபிடிக்க முடியவில்லை.

ஆனால் எண்பதுகளில் இவரது இயக்கம் புகழின் உச்சத்தில் இருந்தபோது ஜப்பானிலும் ரஷ்யாவிலும் ஆஸ்திரேலியாவிலும் பல்லாயிரக்கணக்கான தொண்டர்கள் இவருக்கு இருந்தார்கள். வழிபடும் தொண்டர்கள். அவர் ஒருவார்த்தை சொன்னால் ஊரையே காலி பண்ணிவிடத் தயாராக இருந்த வெறிபிடித்த பக்தர்கள். ஊரையென்ன, உலகத்தையே. உண்மையில் அதைத்தான் தன் லட்சியமாகவும் அவர் கொண்டிருந்தார்.

உலகம் அழியப்போகிறது. மூன்றாம் உலக யுத்தம் வந்துதான் தீரப்போகிறது. அமெரிக்கா ஒரு மாபெரும் அழிவு சக்தியாக அப்போது மறு அறிமுகப்படுத்தப்படும். ஜப்பான் மீண்டும் சவக்காடாகும். தப்பிக்க நினைத்தால் ஒரே ஒரு வழிதான். வாருங்கள். வந்து ஓம் ஷின்ரிக்கியோவில் இணைந்துகொள்ளுங்கள். பிரளய காலத்துப் பேழை நான். நவீன உலகத்தின் நோவா நான். ஆபத்பாந்தவன். அநாத ரட்சகன். அசுரர்களை அழிக்கப் பிறந்த கலியுகக் கடவுள் பிரதிநிதி. ஓம், ஓம், ஓம்.

உணர்ச்சிப் பெருக்கெடுத்து ஓடும் சொற்பொழிவு களால் ஊரெல்லாம், உலகெல்லாம் மக்களைத்

தன்புறம் சுண்டி இழுத்த அவர் பெயர் சிஸுவோ மட்சுமோடோ (Chizuo Matsumoto).

ஜப்பானில் உள்ள கியூஷு தீவில் ஒரு பிரம்மாண்டமான ஏழைக்குடும்பத்தில் பிறந்தவர். பிரம்மாண்டம் என்பது வீட்டு ரேஷன் கார்டில் இருக்கிற பெயர்களின் எண்ணிக்கையை வைத்துச் சொல்லப்பட்டது. ஏகப்பட்ட டிக்கெட். ஏழைமை ஆற்றவும் பட்டோம், இனி என்றும் பொய்கைக்கு வாரோம் என்று சும்மா இருந்துவிட முடியுமோ? என்னத்தையாவது செய்து வயிறு வளர்த்தாகவேண்டுமே?

சிஸுவோவின் தகப்பனார் 'டடாமி' என்கிற தரை விரிப்புகள் நெய்து பிழைப்பு நடத்திக் கொண்டிருந்தார். பிராந்தியத்தில் கொஞ்சம் புகழ்பெற்ற தரைவிரிப்புக் கலைஞர் அவர். பிரபல ஹோட்டல்களிலும் நடன அரங்குகளிலும் பணக்கார வீடுகளிலும் அவரைப் பிரத்தியேகமாக வரவழைத்துத் கம்பள விரிப்புகள் தயாரிக்கச் சொல்லுவார்கள்.

ஏழை ஏதலன் என்றாலும் தொழிலில் படு சுத்தம். கிடைக்கிற காசை அப்படியே வீட்டுக்கு எடுத்து வந்துவிடுவார். பத்துக்கும் மேற்பட்ட உருப்படிகள் உண்டு உயிர் வளர்த்தாகவேண்டும். அதுவும் குடும்பத்தின் நம்பிக்கை நட்சத்திரமான சுஸுவோ மட்சுமோடோவுக்கு மிக இளம்வயதில் ஒரு கண்பார்வை வேறு போய்விட்டது (இடது கண்). இன்னொரு கண்ணும் பாதி தெரியாது. பக்கத்தில் வந்தால்தான் பார்க்க முடியும்.

ஆனால் முரடன். பள்ளிக்கூடத்துக்குப் போகிற நாள்களிலெல்லாம் ஏதாவது வம்பு வளர்த்து விட்டுத்தான் வருவான். அத்தனை பெரிய ஸ்தூல சரீரத்தைக் கொண்டு சக மாணவர்களை எதிரியாக

பாவித்து தொபுக்கட்டீரென்று பெஞ்சு மீதேறி மேலே குதிப்பது அவனுக்குப் பிடித்த விளையாட்டு. எத்தனை எடுத்துச் சொன்னாலும் கேட்கமாட்டாத பிள்ளை.

கல்லூரி நாள்களில் சுஸுவோவின் முரட்டுத்தனம் கொஞ்சம் கொஞ்சமாகக் குறைய ஆரம்பித்தது. சுமாராகப் படிக்கவும் தொடங்கினான். 1977ம் ஆண்டு பட்டப்படிப்பை முடித்துவிட்டு அக்குபஞ்சர் வைத்தியம் கற்கச் சென்றான். ஜப்பானில் அது ஒரு வினோதம். பெரும்பாலும் கண்பார்வை சரியில்லாதவர்கள்தான் அக்குபஞ்சர் டாக்டராவார்கள் அங்கே. பார்வைக் குறைபாடு இருக்கிறவர்களுக்கு உள்ளுணர்வு சரியாக இருக்கும் என்று ஒரு கான்செப்ட்.

படித்து முடித்துவிட்டு 1978ம் ஆண்டு ஒரு கல்யாணமும் பண்ணிக்கொண்டான். அப்போதுதான் சுஸுவோவின் மத - ஆன்மிக நாட்டம் ஆரம்பமானது. என்னவோ தோன்றி திடீரென்று ஒருநாள் மத நூல்களை வாங்கிவந்து படிக்கத் தொடங்கினான். பவுத்த மதம். ஜுடாயிசம். டாவோயிசம். கிருத்தவ மதம். இஸ்லாம். ஹிந்து மதம். கன்ஃபூஷியஸ் தத்துவங்கள். பவுத்தத்தின் பிரிவுகள். ஹீன, மஹாயானங்கள். மஹாயானத்தின் பிரிவான ஜென்.

ஒவ்வொன்றாகப் படித்தான். ஆழமாக, கவனமாகப் படித்தான். மதங்கள் என்ன சொல்கின்றன? ஏன் இருக்கின்றன? மக்களுக்கு ஏன் மதம் அவசியமாக இருக்கிறது? மத குருக்களுக்கு ஏன் மரியாதை அதிக மாக இருக்கிறது? கடவுள் என்பது என்ன? அல்லது யார்? மத குருக்கள் வழியே கடவுளை அடைய முடியுமா? முடியாது என்றால் வேறென்ன வேண்டும்?

யோசிக்கத் தொடங்கினான். படித்த பல மத நூல்களில் சுஸுவோவை மிகவும் கவர்ந்தவை ஹிந்து மத நூல்களும் சில பவுத்த நூல்களும். இரண்டுக்கும் பல ஒற்றுமைகள் இருப்பதாக அவனுக்குத் தோன்றியது. கொஞ்சம் ஆழம் போனால் ஏதாவது கிடைக்கும் என்று நினைத்தான்.

அப்போது இந்தியாவிலிருந்து ஜப்பானுக்குப் போய் யோகா கற்றுக்கொடுத்துக்கொண்டிருந்த சில கார்ப்பரேட் மாடர்ன் சன்னியாசிகளைக் குறித்து செய்தித் தாள்களில் படித்துத் தெரிந்துகொண்டிருந்த சுஸுவோ, அவர்களில் ஒருவரைத் தேர்ந்தெடுத்துப் போய் யோகா கற்றுக்கொண்டான். உட்கார்ந்து யோசிக்கத் தொடங்கினான்.

ஜப்பானியர்களின் அன்றாட வாழ்வில் மதத்துக்குப் பெரிய இடம் கிடையாது. விடிந்தால் நாலு வாய் கொட்டிக்கொண்டு வேலைக்கு ஓடிவிடுகிற வாழ்க்கை. ஓய்வு நாள்களிலும் செய்து முடிக்க இன்னின்ன பணிகள் என்று முந்தைய வாரமே திட்டமிட்டு வைத்துவிடுவார்கள்.

கிருத்தவர்களைப் போல் வாரம் தவறாமல் சர்ச்சுக்குப் போகிற வழக்கமோ, இஸ்லாமியர்களைப் போல் ஐந்து வேளை தொழுகிற வழக்கமோ, ஹிந்துக்களில் சிலருக்கு இருப்பதைப் போல் நியம நிஷ்டைகளோ அவர்களுக்குக் கிடையாது. செய்யும் தொழிலே தெய்வம் என்கிற கான்செப்ட். ஏதாவது பண்டிகைக் காலம் வந்தால் மதம் நினைவுக்கு வரும். கடவுள் ஞாபகத்தில் வருவார். புத்தம் சரணம் கச்சாமி. கும்பிட்டுவிட்டு வேலையைப் பார்க்கப் போய்விடுவார்கள்.

இம்மாதிரி மனநிலையில் இருக்கும் ஜப்பானிய மக்களிடையே மதத்தை முன்வைத்து தான் ஏதும் செய்வது கஷ்டம் என்று அவனுக்குத் தோன்றியது. ஆனால் மதத்தைக் கொண்டுதான் ஏதாவது சாதிக்கவேண்டும் என்றும் உறுதியாகத் தோன்றியது. ஒரு புதிய வெளிச்சத்தைத் தன் சமூகத்தில் தன்னால் பாய்ச்ச முடியும் என்று உறுதியாக நம்பினான்.

ஜப்பானியர்கள் மூக்குமேல் விரல்வைத்து ஆச்சர்யப்படவேண்டும். ஒரு மறுமலர்ச்சி. மகத்தான மறுமலர்ச்சி. ஆன்மிக மறுமலர்ச்சி ஏற்பட வேண்டும். அதுவும் தன்னால் ஏற்பட வேண்டும். தான் கடைபிடித்து, வழிகாட்டும் பாதை அதி அற்புதமானதாக இருக்கவேண்டும். இதற்குமுன் யாராலும் செய்துபார்க்கப்படாததாக இருக்கவேண்டும். அதி உன்னதம் என்று புகழப்பட வேண்டும். அதனைக்கொண்டே முழு தேசத்தையும் வசப்படுத்த வேண்டும்.

பிறகு படிப்படியாக தேச எல்லைகளைக் கடந்து தன் சிறகுகளை விரிக்கவேண்டும். உலகை வசப்படுத்த வேண்டும். அழிவு சக்திகள் அனைத்தையும் நசுக்கி நகர்த்த வேண்டும். ஒளிமயமான ஒரு பேருலகின் சக்கரவர்த்தியாகத் தான் விளங்கவேண்டும்.

சுஸுவோவின் தினசரிக் கனவுகள் இப்படியாக விரிந்தன. ஒரு தியானம் மாதிரி இதையே எப்போதும் நினைத்துக் கொண்டிருந்தான். ஏதோ ஒன்றைச் சாதிக்கத்தான் தன்னைக் கடவுள் படைத்திருக்கிறான் என்பதில் அவனுக்கு அசைக்கமுடியாத நம்பிக்கை இருந்தது. தன் பார்வைக் குறைபாடோ, ஏழைமையோ அவனுக்கு ஒரு பொருட்டாகவே இல்லை. மிக விரைவில் ஜப்பான் முழுதும்

சக்கரவர்த்தியைத் தொழுவதை நிறுத்திவிட்டுத் தன்னைத் தொழப்போகிறது என்று மனைவியிடமும் குடும்பத்தினரிடமும் சொல்லிக்கொண்டிருப்பான்.

இதென்ன பைத்தியக்காரத்தனம் என்றுதான் அவர்கள் நினைத்தார்கள். ஆனால் சுஸுவோ மனம் தளரவேயில்லை. தன் முயற்சியில் சற்றும் மனம் தளராத விக்கிரமாதித்தன் மாதிரி தொடர்ந்து மத நூல்களை ஆராய்ச்சி செய்வதும், பல்வேறு மதத்தவர்களின் வழிபாட்டு முறைகளைப் பயிற்சி செய்வதுமாக இருந்தான். இந்திய யோகா, தியானம், பூஜை புனஸ்காரங்கள் அவனைக் கவர்ந்தன. அதே சமயம் பவுத்த மதத்தின் மென்மையான அணுகுமுறையும் அறிவுபூர்வமான உபதேசங்களும் சுண்டி இழுத்தன.

இரண்டையும் கலந்து ஒரு பர்ஃபெக்ட் ப்ளெண்ட் தயாரித்தால் தன் காரியம் நடந்துவிடும் என்று அவனுக்கு உறுதியாகத் தோன்றியது.

1985ம் ஆண்டு சுஸுவோ இந்தியாவுக்கு ஒரு சுற்றுப்பயணம் மேற்கொண்டான். இமயமலைக் காடுகளில் சுற்றித் திரிந்துகொண்டிருந்த சில யோகிகளைச் சந்தித்துச் சில யோகப் பாடங்களைக் கற்றுக்கொண்டான். அப்புறம் தியானம். அதன் சில உயர்நிலைப் பாடங்கள். அவனுக்குப் பரவசமாக இருந்தது.

முன்னதாக, இந்தியா வருவதற்கு ஒரு வருடம் முன்னால்வரை ஜப்பானிலேயே அகோன்ஷு என்கிற ஒரு பவுத்த இயக்கத்தில் சேர்ந்து மெய்யறிவு கிடைக்குமா என்று பார்த்தான். அங்கே ஒரு வினோத வழக்கம். ஆயிரம் நாள் அந்த இயக்கத்தில்

இருந்து தினசரி ஒரு குறிப்பிட்ட அளவுக்குப் பணம் கட்டிப் படித்துவந்தால் 1001ம் நாள் மெய்யறிவு சித்தித்துவிடும் என்று சொன்னார்கள்.

இதென்ன கேனத்தனம் என்று சுஸுவோ நினைக்க வில்லை. தன் கஷ்ட ஜீவனத்துக்கு இடையே எப்படியோ பணம் திரட்டி, தினசரி சம்பளம் கட்டி அந்த இயக்கத்தில் இருந்து பார்த்தான். என்னென்னவோ வகுப்புகள் எல்லாம் நடந்தன. ஆனால் மெய்யறிவு மட்டும் சித்திக்கவே இல்லை. ஆனால் இந்தியாவில் அவன் சந்தித்த யோகிகள் சொல்லிக்கொடுத்த சில யோகப்பாடங்களும் தியான முறைகளும் ஜப்பானில் ஒரு புதிய இயக்கம் தொடங்கி நடத்துவதற்குப் போதுமானவை என்று தோன்றிவிட்டது.

1987ம் ஆண்டு ஜப்பானுக்குத் திரும்பிய சுஸுவோ, நேரே தன் தீவு வீட்டுக்குப் போகாமல் டோக்கியோவுக்குச் சென்று ஒரு சிங்கிள் பெட் ரூம் அப்பார்ட்மெண்டை வாடகைக்கு எடுத்தான். வாசலில் ஒரு போர்டு மாட்டினான். ஓம் ஷின்ரிக்கியோ. இந்தோ ஜப்பானிய கொலாபரேஷன். ஓம் என்றால் ஓம். ஷின்ரிக்கியோ என்றால் உண்மை. உண்மையான மதம் என்று தன் புதிய இயக்கத்தின் பெயருக்கு விளக்கம் சொன்ன சுஸுவோ செய்த அடுத்த காரியம், தன் பெயரையும் மாற்றிக்கொண்டது.

இனிமேல் நான் சுஸுவோ மட்சுமோடோ இல்லை. என் பெயர் ஷோகோ அசஹாரா (Shoko Asahara) என்று அறிவித்தான்.

அன்றைய தினத்திலிருந்து ஷோகோ அசஹாரா ஷேவ் பண்ணுவதை நிறுத்திக்கொண்டான். இமாலயத்தில

பார்த்த யோகிகளின் இன்ஸ்பிரேஷன். சிம்பு காதல் வளர்த்தேன் என்று பாடியதுபோல் ஷோகோ தாடி வளர்த்தேன் என்று பாடத் தொடங்கினான். நீண்ட தாடியும் நீண்ட கூந்தலும். கழுத்திலிருந்து கால் வரை மூடி மறைத்த ஒரு பேரங்கி. கையில் ஒரு ஜபமாலை. கண்ணில் எப்போதும் ஒரு மயக்கம். அரைக்கண் மூடித்தான் இருப்பான். கேட்டால் தியானம் அல்லது தபஸ்.

ரொம்பப் பிரமாதமான செட்டப் அது. ஜப்பானில் அதற்குமுன் யாரும் அப்படியொரு கெட்டப்பில் தோன்றியதில்லை. ஷோகோவின் ரெகுலர் பேச்சுகள் குறைந்துவிட்டன. அக்கம்பக்கத்தாரிடம்கூடப் பேசுவதில்லை. எப்போதும் ஐயா தியானத்தில்தான் இருப்பார். எப்போதாவது ஒன்றிரண்டு சொற்கள் பேசுவார். அதுவும் ஆதிகால மொழியில் ஏதாவது. அர்த்தம் கண்டுபிடிக்க நிகண்டுகளைத்தான் தேடிப் போகவேண்டும்.

அந்த சிங்கிள் பெட் ரூம் ஃப்ளாட்டின் பக்கத்து போர்ஷன்களில் வசித்தவர்களைத்தான் ஷோகோ முதலில் கவர்ந்தான். எப்பப்பார் சாமி தியானத்தில் இருக்கிறதே என்று சாப்பிட ஏதாவது கொண்டுவந்து கொடுக்கிற அப்புராணிப் பெண்மணிகள். மங்களம் உண்டாகட்டும் தாயே என்று அப்படி வைத்துவிட்டுப் போய்விடச் சொல்லுவார்.

எப்போது சாப்பிடுவார், எப்போது உறங்குவார், என்ன செய்கிறார், எதற்குச் செய்கிறார் என்று யாருக்கும் தெரியவில்லை. ஆனால் ஒரு கவர்ச்சி இருந்தது. ஏதோ சக்தி உள்ள ஆசாமி என்று மக்கள் நம்பத் தொடங்கினார்கள்.

கொஞ்சம் கொஞ்சமாகக் கூட்டம் சேரத் தொடங் கியது. ஐந்துபேர். பத்துப் பேர். இருபது பேர். இருநூறு பேர்.

சிங்கிள் பெட் ரூம் ஃப்ளாட் இனிமேல் போதாது என்கிற நிலை வெகு விரைவில் வந்தது. ஷோகோவுக்கு இதுதான் தன் வழி என்று உறுதியாகத் தோன்றிவிட்டது. ஓம் ஷின்ரிக்கியோவை உலக அளவில் விஸ்தரிக்கத் தயாராகத் தொடங்கினார்.

தன் ஆன்மிகத்தை எப்படி பேக்கேஜ் செய்யலாம் என்று தீவிரமாக யோசித்து ஒரு முடிவுக்கு வந்தார். ஓம் ஷின்ரிக்கியோ சத்து பானம். தெய்வீக கூல் டிரிங்க். எல்லோரும் சாப்பிடுங்கள் என்று கோக்கோலா மாதிரி ஒரு குளிர்பானத்தை அந்த நிறுவனத்தின் சார்பில் தயாரித்து மார்க்கெட்டுக்கு அனுப்ப ஆரம்பித்தார்.

அதில் ஆரம்பித்ததுதான். வெகுவிரைவில் அணு ஆயுதத் தயாரிப்புகளுக்கான முஸ்தீபுகள் வரைக்கும் அவரது ஓம் ஷின்ரிக்கியோ நிறுவனம் முன்னேறி, ஷோகோவின் புகைப்படம் உலகப்புகழ்பெற்ற டைம் பத்திரிகையின் அட்டையில் இடம்பெறும் அளவுக்குப் பிரபலமாகிப் போனார்.

2

உலகம் சுற்றும் வாலிபன்

நமசிவாயம் வாழ்க. நாதன் தாள்வாழ்க. ஓம் ஷின்ரிக்கியோ இயக்கத்தை அல்லது கம்பெனியை (பின்னே, ஆன்மிக சத்துபானமெல்லாம் தயாரிக்க ஆரம்பித்துவிட்டார்கள் அல்லவா?) ஆரம்பித்த உடனேயே ஷோகோ செய்த முதல் காரியம், ஆர்டர் கொடுத்து ஒரு பெரிய சிவலிங்கத்தைத் தனது ஆசிரம அறையில் பிரதிஷ்டை செய்ததுதான். தன் சார்ந்த இடங்கள் அனைத்திலும் சிவபெருமானின் படம் ஒன்றை மாட்டிவைக்கவும் செய்தார்.

சிவன் யார்? அழிக்கும் கடவுள். ஹிந்துமதம் அதைத் தான் கூறுகிறது. ஷோகோ யார்? கெட்ட சக்திகளை அழிப்பதற்காகக் கடவுள் அனுப்பிவைத்த தூதன். எனவே சிவபெருமானின் படத்தை மாட்டுவதுதான் சாலச் சிறந்தது.

ஷோகோ சிவபெருமானைப் பற்றியும் அவரது உக்கிரதாண்டவம் பற்றியும் தலைக்கு மேலே சுமக்கமாட்டாமல் அவர் கங்கையைச் சுமந்து

கொண்டிருப்பது பற்றியும் ஆலகால விஷத்தை நெஞ்சுக்குள் அடைகாப்பது பற்றியும் தன் தொண்டரடிப்பொடி ஆழ்வார்களிடம் பிரசங்கம் செய்ய ஆரம்பித்தார்.

கதை கேட்டு வீணாய்ப் போவதற்கென்றே ஒரு கூட்டம் எங்கும் எப்போதும் உண்டல்லவா? ஷோகோவிடம் மாட்டிய சிஷ்யகோடிகளும் சிவபெருமானின் லீலைகளைச் செவிகுளிரக் கேட்டுக் கண்ணில் நீர் சொரிந்து நின்றார்கள்.

ஷோகோ லேசுப்பட்ட ஆளில்லை என்கிறபடியால் உலகில் வேறு எந்தெந்த மதங்களில் சிவனுக்குக் கிட்டத்தட்ட பொருந்திவரும் கடவுளர்கள் காட்சியளிக்கிறார்கள் என்று தேடிப்பிடித்து, அவர்கள் அத்தனை பேரையும் சிவனுடன் சேர்த்து மிக்சியில் அடித்து, அதற்கு ஒரு பவுத்த பவுடர் கோட்டிங் கொடுத்து ஒரு சுழற்று சுழற்றி, ஆதி புத்தரும் பரமசிவனும் ஒன்றே என்று ஒரு புதிய கண்டுபிடிப்பை முன்வைத்தார்.

ஜப்பானில் இருந்த மற்ற மதத்தலைவர்களெல்லாம் சிண்டைப்பியத்துக்கொள்ளத் தொடங்கினார்கள். யார் இந்த ஆசாமி, எங்கிருந்து கிளம்பி வந்திருக்கிறான், எத்தனை பேர் இந்தமாதிரி புறப்பட்டிருக்கிறார்கள் என்று கூடிப்பேசி கவலை வளர்த்தார்கள். ஆனால் ஒன்றும் செய்யமுடியவில்லை. இளைய தலைமுறை ஜப்பானியர்களை ஷோகோ மிகவும் கவரத் தொடங்கினார்.

அவரது மென்மையான பேச்சு. படிப்படியாக அது வீரியமடைந்து உச்சத்தைத் தொடும்போது அதுவே ஒரு ஊழித்தாண்டவம் போலிருக்கும். திடீரென்று பாடுவார். கெட்ட வார்த்தையால் திட்டுவார்.

சடாரென்று தியானத்தில் ஆழ்ந்துவிடுவார். கண்கள் நீர் சொரியும். ஓம், ஓம், ஓம் என்று உள்ளம் உருக ஜபம் பண்ணுவார். அனைவரையும் ஓம் சொல்லச் சொல்லி, இரு கரங்களையும் மேலே தூக்கிக் கூப்பி மெல்லத் தன் பெருந்தேகத்தை அசைத்து ஆடுவார்.

அ, அது ஒரு அற்புதமான காட்சி. அவரது ஆன்மிக வகுப்புகளுக்குப் போகத் தொடங்கிய ஜப்பானிய இளைஞர்கள், வேலைகளை முடித்ததும் முதல் காரியமாக ஓம் ஷின்ரிக்கியோ ஆசிரமத்துக்குப் போவது என்பதை ஒரு கடமையாகவே வைத்துக்கொண்டார்கள். ரிலாக்ஸேஷன். ஓய்வு. விடுதலை. சுதந்தரம். பூரண சுதந்தரம். அனைத்துக் கட்டுக்களிலிருந்தும். அழிவு சக்திகளில் இருந்தும். உலகை அச்சுறுத்தும் சாத்தான்களிடமிருந்து.

ஷோகோ புத்திசாலி. கடைந்தெடுத்த புத்திசாலி. தனக்கு முன்னாளில் ஆயிரம் நாளில் ஆன்மிக எழுச்சி என்று உத்தரவாதம் அளித்து ஏமாற்றிய பவுத்த மடாலய நிர்வாகிகளைப்போல அபத்தமான வாக்குறுதிகள் எதையும் தன் சீடர்களுக்கு அளிக்கவில்லை.

மாறாக, ஒழுங்காகத் தன் வழியைப் பின்பற்றுப வர்களுக்கு சிறு சிறு விடுதலைகள், சிறு சிறு பரவச அனுபவங்கள், சிறு சிறு விழிப்புணர்வுத் தருணங்கள் சாத்தியம் என்று மட்டுமே சொன்னார். பல சிறு மறுமலர்ச்சிகள் வாழ்வில் உண்டாகி, அவற்றின் எண்ணிக்கை ஓரளவுக்கு மேல் போகும்போது தான் கவனமாக அவற்றை ஒருங்கிணைத்து மூட்டை கட்டி ஒரு பேரின்பப் பெருவிழா நடத்தி, மாபெரும் மெய்யறிவின் வாசலைத் திறந்துவைப்பேன் என்று அவர் வாக்களித்திருந்தார்.

ஓம் ஷின்ரிக்கியோ ஆசிரமத்தில் நடைபெறும் பயிற்சி வகுப்புகள் சில தமாஷாக இருக்கும். சீனாவில் பள்ளிகளில் பயிற்றுவிக்கப்படும் ஜிம்னாஸ்டிக் கலையை அங்கே ஒரு தரிசன வகுப்பாக வைத்திருந்தார்கள். இரும்புக் கம்பிகளைப் பிடித்துக்கொண்டு சொய்யாங் சொய்யாங் என்று சுற்றிவரும்போது பரமசிவன் உடலுக்குள் ஊடுருவி வெளிப்படுவார் என்று ஷோகோ சொன்னார்.

அதைக்கேட்ட ஜப்பானிய இளைஞர்களில் பலர் மாபெரும் ஜிம்னாஸ்டிக் சாம்பியன்களாகுமளவுக்குக் கம்பிகளில் தொங்கத் தொடங்கினார்கள். ஷோகோ சொன்னது பொய்க்கவில்லை. பரமசிவன் உள்ளே புகுந்து வியர்வையாக வெளியே வரத்தான் செய்தார்.

அது வியர்வை இல்லை. அவர் தலையிலிருந்து உதிரும் கங்கையின் துளிகள் என்று ஷோகோ சொன்னார். ஆஹா என்று தொட்டு நக்கி மகிழ்ந்தார்கள் சிஷ்யகோடிகள்.

பதஞ்சலி முனிவரின் யோக சூத்திரத்தையும் பாரம்பரிய ஜப்பானிய தாந்திரிக வஜ்ராயணம் என்கிற பவுத்தப் பிரிவுத் தத்துவம் ஒன்றையும் ஒரே சாஷேவில் அடைத்து *Initiation* என்கிற புத்தகம் ஒன்றை எழுதினார் ஷோகோ. எழுதி முடித்து ப்ரிண்ட் பண்ணி வைத்துக்கொண்டாரே தவிர யாருக்கும் படிக்கக் கொடுக்கவில்லை. மேலான ஆன்மிக நிலையை அடைந்தவர்கள் மட்டுமே அந்தப் புத்தகத்தைத் தொடமுடியும் என்று சொல்லிவிட்டார்.

அப்படி அதில் என்னதான் இருக்கிறது? ஆர்வம் தாங்கமாட்டாத சிஷ்யகோடிகள் அவரை மொய்க்கத் தொடங்கினார்கள்.

என்ன இல்லை இதில்? இதுதான் எல்லாமே. மெய்ஞானத்தின் உச்சம். இந்தப் புத்தகத்தை நீங்கள் படிக்கத் தகுதி பெறுகிற நாளில் பரம்பொருள் உங்களுக்குப் பிரசன்னமாகும். விடுதலை அடைவீர்கள். புத்தராகிவிடுவீர்கள்.

இப்படிச் சொல்லியே பிளாக்கில் பல லட்சக்கணக்கில் அந்தப் புத்தகத்தை விற்றுவிட்டார் ஷோகோ.

இப்போதே சொல்லிவிடலாம். அடிப்படையில் ஷோகோ ஓர் ஆன்மிகவாதி இல்லை. மிகத் தீவிரமான அழிவு காரியங்களை உத்தேசித்திருந்த ஒரு பயங்கரவாதி. ஆனால் தனி மனிதன். தன்னையே ஓர் இயக்கமாகக் கருதியவர். தன் காரியங்களை, கனவுகளைச் சாதித்துக்கொள்ள அவருக்குப் பல்லாயிரக்கணக்கானவர்கள் அடங்கிய ஒரு மாபெரும் படை வேண்டியிருந்தது.

என்ன செய்தால் கூட்டம் வரும் என்று யோசித்தபோது அவருக்குத் தென்பட்ட வழி ஆன்மிகம். செலவே இல்லாமல் மக்கள் புத்தியை மழுங்கடிக்க அதனைக் காட்டிலும் சிறந்த உபாயம் இல்லை என்று அவருக்குத் தெரிந்திருந்தது. டோக்கியோவில் ஒரு சிங்கிள் பெட் ரூம் அப்பார்ட்மெண்ட் வாடகைக்கு எடுத்தாரே, அது ஒன்றுதான் செலவு. அதற்குப் பின் ஷோகோவின் அத்தனை செலவுகளும் பக்தர்களால் ஏற்றுக்கொள்ளப்பட்டுவிட்டது.

யாரோ ஒரு பெரிய வீடு வாங்கிக்கொடுத்தார்கள். கூட்டம் அதிகம் வந்தபோது காணிக்கை அதிகரித்தது. பண்ணை வீடாகப் பார்த்தார்கள். மேலும் பணம் சேர்ந்தபோது ஒரு கிராமத்தையே வளைத்து அழகாகப் பூத்துக்குலுங்கும் ஆசிரமம் கட்ட முடிந்தது. இன்னும்

பணம் சேர்ந்தபோது ஆசிரமத்துக்கு ஏசி பண்ணி, மொசைக் போட்டு, செக்யூரிடி சிஸ்டமெல்லாம் அமைக்க முடிந்தது. ஓயாமல் மேலும் பணம் சேர்ந்தபோது இடத்தை விஸ்தரித்தார்கள். பல இடங்களில் ஆசிரமத்தின் கிளைகள் நிறுவப்பட்டன.

அப்புறம் அந்த ஆன்மிக டிரிங்க். அதன் விற்பனை ஜோராக நடந்தது. தனியே மார்க்கெடிங் பிரிவு அமைக்கப்பட்டது. சேல்ஸ் அதிகாரிகள் ஜப்பானின் மூலை முடுக்கெல்லாம் போய் ஓம் ஷின்றிக்கியோ குளிர்பானத்தை விற்றார்கள். குடிப்பது குளிர்பானம். கிடைப்பது பேரின்பம். கவர்ச்சிகரமான விளம்பர வாசகங்கள்.

மக்களைப் பைத்தியமாக அடித்துத் தன் காலடியில் கொண்டுவந்து குவிக்க அவருக்கு ஆன்மிகம் பயன்பட்டது.

ஆனால் மிகக் கவனமாக இருந்தார். அதுவரை தன் திட்டத்தை அவர் வெளிப்படுத்தவில்லை. சற்றும் வெளிப்படுத்தவில்லை. ஆன்மிக எழுச்சி. மலர்ச்சி. மறுமலர்ச்சி. வேறொன்றுமில்லை.

இயக்கம் சார்பில் யோகா சொல்லிக்கொடுக்க, மெய்யறிவுப் பாதைக்கு டார்ச் அடித்துக்காட்ட பள்ளிகள் ஆரம்பிக்கப்பட்டன. 'கொககூ' என்கிற ஜப்பானிய சொல்லுக்கு அறிதல் என்று பொருள். ஷோகோ தன் பள்ளிக்கூடங்களுக்கு ஸ்பெஷல் கொககூ என்று பெயரிட்டார். அத்தனை சுலபத்தில் அங்கே சீட் கிடைக்காது. நிறைய மெனக்கெட வேண்டும். மூட்டை மூட்டையாக ஃபீஸ் கட்டவேண்டும். ஒவ்வொரு வகுப்பிலும் மாணவர்களைச் சேர்த்துக்கொள்ள தனித்தனியே பரீட்சைகள் உண்டு. ஒவ்வொரு பரீட்சைக்கும் பணம்

கட்டவேண்டும். ஆயிரம் பேர் பரீட்சை எழுதினால் நாலு பேரைத் தேர்ந்தெடுப்பார்கள். 996 பேர் கட்டிய பணம்? எல்லாம் பரமசிவனுக்கு.

பாவம் பரதேசி, சுடுகாட்டில் வசிக்கிற பரமாத்மாவின் பெயரைச் சொல்லி இப்படியொரு பகல் கொள்ளையா என்று யாரும் கேட்கவில்லை. ஷோகோ பணத்தில் குளித்தார். பணத்தில் படுத்துப் புரண்டார். பணத்தையே ஆடையாக அணிந்து மகிழ்ந்தார். கொஞ்ச நஞ்சப் பணமல்ல. மில்லியன் டாலர் கணக்கில் வந்து குவிய ஆரம்பித்தது.

ராஜ யோகம், குண்டலினி யோகம், மஹாமுத்ர யோகம், அஸ்ட்ரல் யோகம், கேஷூவல் யோகம், ஸ்டார் யோகம் என்று விதவிதமான யோக வகுப்புகள் அங்கே சொல்லிக்கொடுக்கப்பட்டன. சிலது ஏற்கெனவே இருக்கிற யோகங்கள். சில யோகங்கள் டுபாகூர் ஷோகோவின் தயாரிப்புகள். அந்த ஸ்பிரிச்சுவல் குளிர்பானம் மாதிரி.

இம்மாதிரியான காரியங்களால் ஷோகோவின் புகழ் ஜப்பானைத் தாண்டிப் பரவத் தொடங்கியது. யார் யாரோ பெரிய மனிதர்களெல்லாம் அவரை சந்திக்க விருப்பம் தெரிவித்தார்கள். அதென்ன பிரமாதம்? ஷோகோ ஒரு கண்ணைக் காட்டினார். (காட்டக்கூடியதும் ஒன்றுதான்!) உடனடியாக அவரது சிஷ்யகோடிகள் ஒரு ஆன்மிக டூருக்கு ஏற்பாடு செய்தார்கள். சங்கர திக்விஜயம் மாதிரி இது ஷோகோ திக்விஜயம்.

ஃப்ளைட் பிடித்து ஹிமாசலுக்கு வந்து பதினாலாவது தலாய் லாமாவைப் பார்த்து ஒரு 'ஆன்மிக'ப் பேச்சுவார்த்தை நடத்தி அசத்தினார். காலு

ரின்பொச்சே (Kalu Rinpoche) என்கிற பெயர் கொண்ட அந்த அப்பாவி சாதுவைத் தன் ஆசிரமத்துக்கு வருகை தருமாறு அழைப்பு விடுத்தார். (அவரும் பாவம், சொன்ன தோஷத்துக்கு ஐப்பானுக்குப் போய் ஓம் ஆசிரமத்தில் கிளாஸெல்லாம் எடுத்தார். பின்னால் பல வருஷம் கழித்துத்தான் ஷோகோவின் ஷோக்கு வாழ்க்கை அவருக்குப் புரிந்தது.) சில ஐரோப்பிய நாடுகளுக்கும் விஜயம் செய்து கிருத்தவப் பாதிரியார்களுடன் போட்டோ எடுத்துக்கொண்டு பத்திரிகைகளுக்குக் கொடுத்தார்.

ஓம் இயக்கம் இதனாலெல்லாம் மிகப் பிரபலமடையத் தொடங்கியது. சீனாவிலிருந்தும் ரஷ்யாவில் இருந்தும் நூற்றுக்கணக்கானவர்கள் ஐப்பானுக்கு வந்து ஷோகோவின் ஆசிரமத்தில் சேர்ந்து, பணம் கட்டி யோகம் பயின்று சென்றார்கள். அப்படிப் போனவர்களைக் கொண்டு ஆங்காங்கே ஆசிரமத்தின் கிளைகளை நிறுவும் முயற்சியை ஓம் நிறுவனத்தின் மார்க்கெடிங் ஆபீசர்கள் பார்த்துக்கொண்டார்கள்.

அது அவ்வாறிருக்க, ஷோகோ மிகக் கவனமாகத் தன் சுயரூபத்தை இனி வெளிக்காட்டலாம் என்று முடிவு செய்து, தன் கல்வி நிறுவனங்களில் இருந்தே அதனை ஆரம்பித்தார். அவருடைய மருத்துவக் கல்லூரியை, சடாரென்று ஒருநாள் பெயர் மாற்றி, மருத்துவ அமைச்சகம் என்று புதிய போர்டு வைத்தார். அதே மாதிரி ஓம் கல்லூரி ஒன்றின் அறிவியல் பிரிவுக்கு அறிவியல் அமைச்சகம் என்று பெயர் மாற்றம் செய்யப்பட்டது. முதலில் பார்த்த தெய்வீக ஜிம்னாஸ்டிக்ஸ் உள்ளிட்ட வீர கலைகளைப் பயிற்றுவிக்கும் பள்ளிக்கூடத்துக்கு மினிஸ்டிரி ஆஃப் இண்டலிஜென்ஸ் என்று பெயர் வைத்தார்கள்.

என்ன அபத்தம் இது?

இல்லை. அபத்தம் இல்லை. கல்லூரி, பள்ளிகளெல் லாம் அமைச்சகம் என்றால், நடத்துபவர் யார்?

அதுதான் அவர் விருப்பம். அதுதான் அவரது இறுதி இலக்கு. பேரின்பம், பேரின்பம் என்று சொல்லிக்கொண்டிருந்ததெல்லாம் அதனைத்தான். ஓம் ஷின்றிக்கியோ என்கிற நிறுவனத்தின் சக்கர வர்த்தியாக அறிமுகமாகி, மெல்ல ஜப்பானை ஆக்கிரமித்து உலகம் முழுதும் தன் குடையின் கீழ் வரவேண்டுமென்கிற பெருங்கனவு அது. அதற்கான முதல் படியை மிகக் கவனமாக எடுத்து வைத்துவிட்டார் ஷோகோ.

அடுத்தது?

வேறென்ன, யுத்தம்தான். எனில் ஆயுதங்கள் வேண்டு மல்லவா? கூப்பிடு சிஷ்யர்களை.

ஷோகோ, தன் பாணியில் இருந்து முற்றிலும் மாறு பட்ட ஒரு புதுவிதப் பிரசங்கத்துக்கு ஆயத்தமானார். தியானம், யோகாவெல்லாம் கிடக்கட்டும் ஒரு மூலையில். யுத்தம் மூளப்போகிறது. தற்காப்புக்கு நீங்கள் தயாராகவேண்டிய காலம் வந்துவிட்டது. ஓ, சீடர்களே! என்ன செய்துகொண்டிருக்கிறீர்கள்? எழுந்து வாருங்கள்! உலகம் அழியப்போகிறது!

உரக்கக் குரல் எழுப்பிக் கத்தினார் ஷோகோ. சீடர்கள் வந்து அடிபணிந்து, உத்தரவிடுங்கள் குருவே என்றார்கள்.

3

முதல் கொலை, இரண்டாம் கொலை

ஹிந்து மதத்தையும் பவுத்த மதத்தையும் மிக்ஸியில் போட்டு ஒரு ஆட்டு ஆட்டி, புத்தம்புதிய மதம் ஒன்றைப் படைத்தாகிவிட்டது. பத்தாத குறைக்குப் பத்தாயிரம் தொண்டர்கள், பல லட்சம் பக்தர்கள். அவ்வப்போது செலவுக்கு நிதி கொடுக்க அரசியல்வாதிகளும் தொழிலதிபர்களும். பெண்டு பிள்ளைகளைப் பெற்றுவைத்துக்கொண்டு அவர்கள் மெய்ஞானம் பெற வகுப்புகளுக்கு அனுப்பிக் கொண்டிருந்த கோயிந்து பெற்றோர்கள். போதாது?

யதேஷ்டம். ஷோகோ அசஹாரா ஷோக்காகத் தன்னையும் தன் ஆசிரமத்தையும் அதன் கிளைகளையும் காபந்து பண்ணிக் கொண்டுவிட்டார். மேல் பார்வைக்குப் பூந்தோட்டங்களும் அழகு நீர்த் தடாகங்களும் அமைதி தவழும் நந்தவனமுமாக ஓம் ஷின்ரிக்கியோ ஆசிரமங்கள் ஜொலிக்கும். பக்த கோடிகளும் சிஷ்ய கேடிகளும் தெய்வீகம் மணக்க

28

மணக்கப் பேசுவார்கள். உள்ளுக்குள் அத்தனையும் கெட்ட காரியம்.

ஷோகோ, இரண்டு கட்டங்களாகத் தன் திட்டங்களைப் பிரித்துக்கொண்டார். முதலில் ஆயுதங்களையும் ஆயுதங்கள் தயாரிக்கவல்ல விற்பன்னர்களையும் 'வாங்குவது'. அடுத்தது, கேள்வி கேட்காமல் தான் தாக்கச் சொல்லும் இலக்கைப் போய்த் தாக்கிவிட்டு வர ஒரு பெரிய படையை உருவாக்குவது.

இந்த இரண்டு காரியங்களும் பூரணமடையாமல் விஷயம் வெளியே கசிந்துவிடாமல் பார்த்துக் கொள்வது கொசுறாக மூன்றாவது.

மிகத் தெளிவான திட்டம். இன்னொருத்தர் தலையீடு அல்லது கருத்து அல்லது ஒத்துழைப்பு என்பதே கிடையாது. ஒரே மனிதன். ஒரே யோசனை. ஒரே குறிக்கோள். உலகில் வசிக்கிற அத்தனை பேரும் தன் திட்டத்துக்குச் செயல்வடிவம் தருவதற்கு உதவவேண்டி, உலகைக்காக்கும் பரம்பொருள் அனுப்பிவைத்திருக்கும் உதவாக்கரைகள். இதில் அவருக்கு மாற்றுக்கருத்தே இல்லை.

ஆயுதங்கள் விஷயத்தில் ஷோகோவுக்கு முதலி லிருந்தே ரஷ்யா மீதுதான் கண் இருந்தது. அங்கே ஆயுதங்கள் வாங்குவதும் சுலபம், ஆயுதத் தயாரிப்பு வல்லுநர்களைப் பிடிப்பதும் சுலபம் என்று எங்கோ கேள்விப்பட்டிருந்தார். ரஷ்யா என்ன காத தூரமா? பக்கம்தானே? அங்கு ஒரு பிராஞ்ச் போட்டால் போயிற்று என்று முடிவு செய்தார் ஷோகோ.

உடனடியாக ரஷ்யாவில் இருக்கும் ஷோகோவின் பக்த கோடிகளை அழைத்து, ரஷ்யாவில் ஓம் இயக்கத்துக்கான கிளைகளைத் தொடங்க ஆவன செய்யுமாறு கேட்டுக்கொண்டார்கள்.

ரஷ்ய பக்தர்கள் புளகாங்கிதமடைந்தார்கள். ஆஹா, என்ன கொடுப்பினை! மாகாளி பராசக்தியே உருசிய நாட்டின்மீது கடைக்கண் வைத்துவிட்ட மாதிரி நெகிழ்ந்து நெக்குருகி உடனடியாக வேலையைத் தொடங்கிவிட்டார்கள்.

ஷோகோவுக்கே அப்போதுதான் ரஷ்யாவில் தன் பலம் என்னவென்பது புரிந்தது. ஜப்பானில் அவருக்கு இருந்த பல்லாயிரக்கணக்கான பக்தர்களுக்குச் சற்றேரக்குறைய ரஷ்யாவிலும் இருந்தார்கள். தினசரி வந்து குவிந்த கடிதங்களும் நன்கொடைகளும் நேரடி விசிட்டர்களும் அவருக்கு ஒரு விஷயத்தைத் தெள்ளத் தெளிவாகப் புரியவைத்துவிட்டன.

உலகின் அதி உன்னத மாங்கா மடையர்கள் ரஷ்யர்களே. இவர்கள் தலையில் எத்தனை மூட்டை மிளகாய் வேண்டுமானாலும் அரைக்கலாம்.

இதில் உச்சபட்ச காமெடி ஒன்று உண்டு. அன்றைய சோவியத் அரசில் மிகுந்த மதிப்புக்கும் மரியாதைக்கும் உரிய பிரமுகராகவும் தேசத்தின் துணை பிரதமராகவும் இருந்த ஓலேக் லபோவ் (Oleg Lobov) என்பவர் எதிர்பாராவிதமாக ஓம் ஷின்ரிக்கியோவின் பக்தராகிப் போனார். கம்யூனிசம், கார்ல் மார்க்ஸ், லெனின், ஸ்டாலின் மற்றும் ஷோகோ அசஹாரா என்பது கொஞ்சம் நெருடக்கூடிய வரிசைதான். ஆனால் என்ன பண்ணுவது? துதித்துவிடுவது என்று அவர் முடிவு செய்துவிட்டார். துணைப்பிரதமரை யார் தடுப்பது?

அட, துணை பிரதமரே ஷோகோவின் பக்தராக இருக்கிறாரே என்று சோவியத் குடி மக்கள் அலையலையாகத் திரண்டு வரத் தொடங்கி விட்டார்கள். மூலைக்கு மூலை ஓம் இயக்கத்தின்

பிராஞ்ச்கள் தொடங்கப்பட்டன. ஜப்பானிலிருந்து சோவியத்துக்கும் சோவியத்திலிருந்து ஜப்பானுக்கும் பிரமுகர்கள் நல்லெண்ண விஜயங்களை அடிக்கடி மேற்கொண்டார்கள். ஷோகோ தன் ரஷ்ய பக்தர்களைக் குஷிப்படுத்துவதற்காக ஒரு கேசட்டில் ஒரு மணி நேரத்துக்கு ஆன்மிகப் பிரசங்கம் ஒன்று செய்து அனுப்பிவைத்தார்.

அதை தலைமை பக்தரான லபோவ் கேட்டு நெக்குருகி உடனடியாக ரஷ்யன் ஃபெடரல் ரேடியோ நிலைய இயக்குநரைக் கூப்பிட்டு தினசரி ஒருமணி நேரம் ஷோகோவின் சொற்பொழிவுகளை ஒலிபரப்பச் சொல்லி உத்தரவிட்டார்.

விதி யாரைவிட்டது? கம்யூனிசக் கொழுந்துகள் தினசரி ராத்திரியானால் ஒன்பதிலிருந்து பத்து மணிவரைக்கும் மகான் ஷோகோவின் பேருரைகளைக் கேட்டுக் கண்ணீர் உகுக்கலானார்கள்.

இவ்வாறாக சோவியத் ரஷ்யா முழுவதும் தன்னுடைய ஆதிக்கத்தை வலுவாக வேரூன்றியவுடன் ஷோகோ மெல்ல மெல்ல அங்கே ஆயுதங்களை வாங்கி ஜப்பானுக்கு அனுப்பும் பணியைத் தொடங்கினார்.

காலாஷ்நிக்காவ். என்றால் தமிழில் துப்பாக்கி. ஏகே ரகங்கள். லேசு ரகக் கைத்துப்பாக்கிகள். வெடி குண்டுகள். எளிய ராணுவ வாகனங்கள். ஜீப்புகள், ஆம்புலன்ஸ் போன்றவை. ஆழம் பார்ப்பதற்காக அந்த முயற்சி. ஒன்றும் பிரச்னையில்லை என்றால் ஒரு நாலு வீசை போர் விமானங்கள் வாங்குவதற்கு அவர் தயார்தான். முடிந்தால் ஒரு போர்க்கப்பலே கூட. பணம் அவருக்கு ஒரு பிரச்னையே இல்லை. ஆசிரமத்தின் தோட்டத்தில் நட்டுவைத்த

பூச்செடிகளெல்லாம் டாலர் நோட்டுகளாகவும் யென் நோட்டுகளாகவும் ரூபிள்களாகவுமே பூத்துக் குலுங்கிக்கொண்டிருந்தன.

கட்டுப்பாடுகள் மிகுந்த சோவியத் ரஷ்யாவில் அதற்கேற்ப கள்ளச் சரக்குகள் விற்பனை கனஜோராக இருந்தது. ஆசிரமத்துக் கொழுந்துகளுக்கு ஷோகோ அளித்த உத்தரவு இதுதான். ஒரு எக்ஸ்பர்ட்டைப் பிடியுங்கள். வாங்குகிற ஆயுதங்களை அவர் பரிசோதித்து தரச் சான்றிதழ் தரவேண்டும். பிறகு சரக்குக் கப்பல்களில் ஏற்றி பாங்காக்குக்கு அனுப்பி விடவும். அங்கிருந்து ஜப்பானுக்குக் கொண்டுவரும் பணியை பாங்காக் பக்தர்கள் பார்த்துக்கொள்வார்கள்.

ஒரு விஷயம். ஆசிரமத்து பக்தகோடிகள் அத்தனை பேருக்கும் இதெல்லாம் தெரியும் என்று நினைத்துவிட வேண்டாம். ஒவ்வொரு ஆசிரமக் கிளைக்கும் ஷோகோ தன் தலைமை அலுவலகத்திலிருந்து நிர்வாகப் பிரதிநிதிகளை அனுப்பியிருந்தார். அதாவது அவரது அடியாள்களில் ஒருவர் அல்லது ஒரு சிலர். அவர்களைக் கொண்டுதான் இந்தரகக் கெட்டகாரியங்களை அவர் செய்துகொண்டிருந்தார். பக்தர்களுக்கும் இதற்கும் சம்பந்தம் கிடையாது.

பிற்பாடு பக்தர்களிடையே அவர் எழுச்சிப் பேருரையாற்றி உலக யுத்தம் குறித்த செயற்கையான அச்சத்தை விதைத்து, அதிலிருந்து நம்மைக் காப்பாற்றிக்கொள்ள இதைத்தவிர வேறு வழியில்லை என்று பல்லாயிரக்கணக்கானோரைச் சுண்டி இழுத்ததெல்லாம் கிளைமாக்ஸுக்குப் பக்கத்தில்தான் வரும்.

அது ஒருபுறமிருக்க, ரஷ்யாவிலிருந்து அவர் தருவிக்க விரும்பிய ஆயுதங்கள் கொஞ்சம்

கொஞ்சமாக வர ஆரம்பித்தன. பளபளப்பான துப்பாக்கிகள். பெட்டி பெட்டியாக குண்டுகள். பைனாகுலர்கள். திசைகாட்டிகள். ஷோகோ அவற்றை ஆசையாகத் தடவிப் பார்த்தார். அற்புதம். இதை வைத்துக்கொண்டு என்ன செய்யலாம்? ஏதாவது செய்யலாம். அதுவா இப்போது முக்கியம்? முதலில் இவற்றை பத்திரப்படுத்த உடனடியாக ஏதாவது செய்தாகவேண்டும்.

ஜப்பானிலேயே ஓட் ஷின்ரிக்கியோவுக்கான (ஆன்மிக சத்துபான) கொடோன்கள் அதிகம். அப்படியொரு போர்வையில் ஆயுத கொடோன்களாக அவற்றையே மாற்றிவிடலாமா?

யோசித்துவிட்டு, வேண்டாம் என்று முடிவு செய்தார். சத்துபானம் ஓடிக்கொண்டிருக்கட்டும். இது வேறு. இரண்டையும் குழப்ப வேண்டாம். தனியே ஆயுத கொடோன்கள் உடனடியாகக் கட்டப்பட்டன. அது ஒரு பெரிய விஷயமா? தியான மண்டபம், பல்கலைக் கழகம், மாட்டுக்கொட்டாய் என்று என்னத்தைச் சொன்னாலும்தான் ஏற்றுக்கொள்ள மக்கள் ரெட்டை ரெடியாக இருக்கிறார்களே.

ஆனால் எல்லாரும் இல்லை. ஜப்பானிலும் வெளியிலும் ஷோகோவின் நடவடிக்கைகளை சந்தேகக் கண்ணோடு பார்த்துக்கொண்டிருந்தவர் களும் அதிகம். குறிப்பாக மீடியாக்காரர்கள். சில வழக்கறிஞர்கள். பொதுநல ஆர்வலர்கள்.

எண்பதுகளின் இறுதியில் ஓம் இயக்கம் எத்தனை பிரசித்தி பெற்று, வீரியமுடன் இயங்கத் தொடங்கியிருந்ததோ, அதே அளவுக்கு அதன்மீதான குற்றச்சாட்டுகளும் சந்தேகங்களும் கூட ஜப்பானைப்

புயல்போலத் தாக்கின. ஓம் ஷின்ரிக்கியோ ஆசிரமத்தில் கட்டாயப்படுத்தி உறுப்பினர்களைச் சேர்க்கிறார்கள் என்றும் ஏகப்பட்ட பணம் கறக்கிறார்கள் என்றும் உள்ளே நடக்கிற எது ஒன்றும் நம்பகமானதாக இல்லை என்றும் மீடியாக்கள் சில அரசல் புரசலாக எழுதவும் பேசவும் தொடங்கின.

பிப்ரவரி 1989ல் ஓம் ஆசிரமத்தில் வசித்துவந்த ஒரு சிஷ்யர் தற்கொலை செய்துகொண்டு இறந்ததாக விஷயம் வெளியே வந்தது. அது தற்கொலை இல்லை; கொலைதான் என்று ஒருசாரார் குரல் கொடுக்க ஆரம்பித்தார்கள்.

பொதுவாழ்க்கைல இதெல்லாம் சகஜமப்பா என்று நமது ஷோகோ முனிபுங்கவர், கௌண்டமணி மாதிரி சொல்லிவிட்டு, தனது வழக்கறிஞர்களை அழைத்து, 'பார்த்து'க்கொள்ளச் சொல்லிவிட்டார். அது கொலையா, தற்கொலையா என்று இறுதிவரை வெளியே வரவேயில்லை.

இன்னொரு சம்பவமும் நடந்தது. இது இன்னமுமே கூட விவகாரமானது. சுட்சுமி சகமோடோ (*Tsutsumi Sakamoto*) என்றொரு வழக்கறிஞர் இருந்தார். இந்த வெறும் சிவில், வெறும் கிரிமினல் வழக்குகளெல்லாம் அவருக்குப் பிடிக்காது. எந்த வழக்கானாலும் ஒரு மசாலா நெடி இருந்தாலொழியச் சீண்டமாட்டார். ஜப்பானில் அவர் இதற்காகவே மிகவும் பிரபலம்.

சுட்சுமியின் ஸ்பெஷாலிடி, அவர் இந்தமாதிரி ஆன்மிக மோசடி பார்ட்டிகள் மீது எப்போதும் ஏதாவது வழக்கு தொடுத்துக்கொண்டே இருப்பார் என்பதுதான். ஊரில் யார் எந்த சாமியின் பேரைச் சொல்லிக்கொண்டு

ஆசிரமம் திறந்தாலும் ஒன்றிரண்டு வருடங்களுக்குள் மேற்படி சுட்சுமி லாயரிடமிருந்து ஏதாவது ஒரு நோட்டீஸ் வந்துவிடும். என்னத்தையாவது கண்டுபிடித்து, ஆதாரபூர்வமாக நிரூபிக்க நான் ரெடி, நீங்க ரெடியா என்று வரிந்துகட்டிக்கொண்டு நிற்பார்.

அப்பேர்ப்பட்டவர் நமது கதாபுருஷன் ஓம் ஷின்றிக்கியோவின் பிதா ஷோகோவை மட்டும் விட்டுவைப்பாரா? இந்த ஆசாமி சரியில்லை; என்னமோ ஃப்ராடு வேலை பண்ணுகிறான் என்று மக்களிடம் பேசத் தொடங்கினார். ஓம் இயக்கத்துக்கு எதிராக ஒரு மாபெரும் மக்கள் சக்தியைத் திரட்டும் முயற்சியிலும் ஈடுபடத் தொடங்கினார்.

அவரது எக்ஸ்பீரியன்ஸுக்கு ஓரளவு மீடியா சப்போர்ட்டும் அப்போது இருந்தது. நல்ல பேரும் கூட. ஆகவே பரவலாக ஜப்பானில் ஓம் இயக்கத்தவர்களுக்கு எதிரானவர்கள் ஒன்று திரளுவதற்கான சாத்தியங்கள் உருவாகத் தொடங்கின. பேரணி, ஊர்வலம், அரசாங்கத்திடம் மனு அளிப்பு, காவல் நிலையத்தில் புகார் அளிப்பு, நீதிமன்றத்தில் பொதுநல வழக்கு தொடர்வது என்று அஜெண்டா போட்டுவைத்துக்கொண்டு மேற்படி லாயர் தன் ஜனநாயகக் கடமைகளை ஆரம்பித்தார்.

கொஞ்சநாள் ஓடியிருக்கும். திடீரென்று ஒருநாள் அவரது வீட்டில் அதிகாலை மூன்று மணி சுமாருக்கு யாரோ அழையா விருந்தாளிகள் ஜன்னலை உடைத்துக்கொண்டு உள்ளே நுழைந்தார்கள். விழித்துப் பார்த்த லாயர் மண்டையில் போடு ஒரு அடி. உருட்டுக்கட்டையோ, சுத்தியலோ. அம்மா என்று ஜப்பானிய மொழியில் அலறியபடி அவர் கீழே விழுந்ததும் அவரது தர்மபத்தினி, என்னங்க... என்று

அதே மொழியில் எழுந்து ஓடிவர, அவருக்கும் அதே அடி கிடைத்தது. இருவரும் கீழே விழுந்ததும் வாயில் துணி அடைத்து, கையைக் கட்டினார்கள்.

உறக்கம் கலைந்து அழத் தொடங்கிய அவர்களது சிறு குழந்தையின் மூக்கருகே பொட்டாசியம் க்ளோரைடு தெளித்த கர்ச்சிப்பைக் காட்டி சுருளவைத்தார்கள். அதே கெமிக்கலை லாயருக்கும் அவரது திருமதிக்கும் காட்டி சுருண்டு விழச் செய்தார்கள். அப்போதும் அடங்காமல் அவர்கள் திமிர, கெமிக்கலை ஒரு இஞ்செக்ஷன் சிரிஞ்சில் அடைத்து இருவருக்கும் ஏற்றிவிட்டார்கள்.

மூவரையும் தனித்தனி டிரம்களில் திணித்து ஆளுக் கொரு மூலையில் ஊரெல்லையில் கொண்டுபோய்க் கடாசிவிட்டு, வீட்டில் அவர்கள் கைபட்ட கட்டில் மெத்தைகளை எரித்து எடுத்துக்கொண்டுபோய் கடலில் கரைத்துவிட்டு, ஆசிரமத்துக்குப் போய் சிவாய நமஹ சொல்லத் தொடங்கினார்கள்.

4

அழைக்கிறது அரசியல்

*சா*கமோடோவின் மீது நிகழ்த்தப்பட்ட கொலை வெறித் தாக்குதலுக்கு ஒரு மிக முக்கியமான காரணம் உண்டு. அவர் சும்மாசும்மா ஷோகோ அசஹாராவைப் போலிச் சாமியார் என்று சொல்லிக்கொண்டும் மக்களை அவருக்கு எதிராகத் திரட்டிக்கொண்டு இருந்ததும் மட்டுமல்ல. இன்னொரு காரணம். படு ஷார்ப்பானது.

நமது கதாநாயக வில்லப் பெருந்தகை ஷோகோ அடிக்கடி அக்காலத்தில் ஒரு ஸ்டேட்மெண்ட் விடுவார். மக்களே, உங்கள் உடம்பில் ஓடுவதும் ரத்தம், என் உடம்பில் ஓடுவதும் ரத்தம் என்றுதானே நினைத்துக்கொண்டிருக்கிறீர்கள்? அதுதான் இல்லை. உங்கள் உடம்பில் ரத்தம் ஓடலாம். என் உடம்பில் ஓடுவது அமிர்தம்.

எப்படி இருக்கிறது கதை?

அவரது பக்தகோடிகளுக்கு இதனை நம்புவதில் பெரிய சங்கடங்கள் ஏதுமில்லை. ஷோகோ என்ன சொன்னாலும் அவர்களுக்கு வேதவாக்கு. யார் கண்டார்கள்? பாற்கடலைக் கடைந்து எடுத்த அமிர்தத்தை தேவர்களுக்குக் கொடுத்தது போக மிச்சமிருந்ததை எம்பெருமான் ஷோகோவுக்குக் கொடுத்துவிட்டாரோ என்னமோ? அல்லது ஆலகால விஷத்தைக் குடித்த ஆதிபரமசிவன், தன் முதன்மை பக்தனுக்கு ஒரு குவார்ட்டர் அமிர்தத்தைக் கொடுத்து சியர்ஸ் சொல்லி சேர்ந்து குடித்தாரோ என்னமோ?

மக்கள் இதனைக் கேள்வி கேட்கவில்லை என்பது தெரிந்ததும் ஷோகோ, இந்த ரத்த மேட்டரை மிகத் தீவிரமாகப் பிரசாரம் செய்யத் தொடங்கினார். என் உடலில் ஓடும் ரத்தம் வேறு ஜாதி. உலகில் வேறெந்த மானிடப் பிறவிக்கும் இப்படிப்பட்ட ரத்தம் கிடையாது. இது ஏ, பி, பாசிடிவ், நெகடிவ் ரகங்களில் சேராது. இது தேவ ரத்தம். அல்லது தெய்வரத்தம்.

சாகமோடோவுக்கு இதுதான் மிகவும் இம்சையளித்தது. மவனே, தில் இருந்தால் பப்ளிக்காக வந்து ஒரு ப்ளட் டெஸ்டுக்கு உன்னை உடன்படுத்து. நான் அருகில் இருப்பேன். இரு கட்சிக்கும் பொதுவான டாக்டர்கள் ரத்தத்தைப் பரிசோதிக்கட்டும். அது என்ன தேவ ரத்தம் என்று நானும் பார்த்துவிடுகிறேன் என்று சவால் விட்டார்.

சவால் என்று வந்ததும் ஷோகோ சும்மா இருப்பாரா? ஜப்பானில் எத்தனை ஆயிரம் டாக்டர்கள் தன்னிடம் சம்பளம் வாங்கிக்கொண்டு வேலை பார்க்கிறார்கள் என்று ஒரு கணம் மனக்கண்ணில் ஓட்டிப் பார்த்தார். அப்படித் தன் எதிரி டாக்டரே ஒருவர் பரிசோதனைக்கு வந்தாலும் சரி பண்ணிவிட முடியும

என்று அவருக்குத் தோன்றியது. சிஷ்யர்களைக் கூப்பிட்டு நடக்கவிருக்கிற பப்ளிக் பரிசோதனை குறித்து விளக்கினார்.

'தக்க' ஏற்பாடுகள் செய்துவைக்கச் சொன்னார்.

அக்டோபர் 31, 1989 அன்று அது நடந்தது. ஷோகோ அசஹாராவின் உடலிலிருந்து ஒரு சிரெஞ்ச் ரத்தம் உறிஞ்சப்பட்டு ஆய்வுச் சாலைக்கு அனுப்பிவைக்கப்பட்டது. இடையில் எந்தவிதமான மேட்ச் ஃபிக்சிங்கும் நடக்காதபடிக்கு உன்னதமான பாதுகாப்பு ஏற்பாடுகள் செய்யப்பட்டன. ஷோகோவின் சிஷ்யகோடிகள் ஆய்வுக்கூடத்தின் வெளியே தவித்துக்கொண்டிருந்தார்கள்.

ரத்தப்பரிசோதனை முடிந்து டாக்டர் மூக்குக் கண்ணாடியைக் கழற்றாமலேயே வெளியே வந்து சொன்னார். சாதாரண மானிட ரத்தம்தான். வெள்ளை அணுக்களும் சிவப்பணுக்களும் சரியான அளவில் உள்ளன. அமிர்தமோ, ஆவின் பாலோ, காப்பி டிகாக்ஷனோ கூடுதலாக ஏதும் இல்லை.

ஒரு டாக்டர் இல்லை. ஏழெட்டு பேர் பரிசோதித்து விட்டு இதையே சொல்லிவிட்டார்கள். அதுநாள்வரை ஷோகோவுக்கு சாதகமாக நியூஸ் போட்டுவந்த மீடியாக்களும் கூட இந்த ரத்தப்பரிசோதனை விஷயத் தில் ஷோகோ பகவான் தோற்றுவிட்டதை முதல் பக்கத்தில் வெளியிட்டு வியப்பைத் தெரிவித்தன.

சேதி கேட்டியா? சாதா ரத்தம்தானாம் அவருக்கு! என்னமோ சொன்னியே, ஸ்பெஷல் தேவ ரத்தம்னு? அதெல்லாம் ஒண்ணுமில்லியாம்.

மூலைக்கு மூலை இதே பேச்சு. கிண்டல். உதட்டுச் சுழிப்புகளும் உருப்படாத விமரிசனங்களும்.

இந்தக் கடுப்புதான் சாகமோடோவை சாகடிப்பது என்கிற முடிவுக்கு அவர்களைக் கொண்டு சென்றது.

சரியாக மூன்றே நாள். நவம்பர் 3ம் தேதி அது நடந்துவிட்டது. ஷோகோ அறிவியல் கூடத்தின் தலைமை விஞ்ஞானியாகப் பணியாற்றிக் கொண்டிருந்த ஹிதியோ முராய் (Hideo Murai), சடோரோ ஹஷிமோடோ (Satoro Hashimoto) என்கிற பீமபுஷ்டி பயில்வான் (வீரக்கலை வல்லுநர் என்று அவரைச் சொல்லுவார்கள்.), டோமோமாஸா நாககவா (Tomomasa Nakagava) என்கிற ஷோகோவின் நம்பிக்கைக்குரிய அடியாள் ஒருவன். மூன்று பேரும் சாகமோடோவின் வீட்டுக்குப் போனார்கள்.

அந்த லாயரைக் கடத்திக்கொண்டு வந்துவிடுவதுதான் அவர்களது ப்ளான். அவர் வெளியே புறப்படும்போது வழியில் கத்தி அல்லது கபடா காட்டி அப்படியே அள்ளிப்போட்டுக்கொண்டு வந்துவிடுவது. பிறகு இஷ்டப்படி என்னவும் செய்துகொள்ளலாம் என்று திட்டம்.

ஆனால் அன்றைக்குப் பார்த்து விடுமுறை தினமாகிவிட்டபடியால் - அது அவர்களுக்கு மறந்து விட்டபடியால், கடத்தல் திட்டத்தை விடுத்து, அப்படியே க்ளோஸ் பண்ணிவிட்டு வந்துவிடலாம் என்று முடிவு செய்தார்கள்.

சென்ற அத்தியாயத்திலேயே நாம் பார்த்துவிட்ட பொட்டாஷியம் க்ளோரைடு. மனைவி, குழந்தையு டன் அந்த பாவப்பட்ட வழக்கறிஞர் குடும்பத்தையே தீர்த்துவிட்டு, மூட்டைகட்டி ஆளுக்கொரு பக்கமாகக் கொண்டுபோய்ப் போட்டுவிட்டுப் போய்விட்டார்கள்.

வழக்கறிஞர் சாகமோடோ குடும்பப் படுகொலை ஜப்பானில் மிகப்பெரிய அதிர்ச்சி அலைகளை உண்டாக்கியது. கண்டிப்பாக இது ஓம் இயக்கத்தவர்களின் வேலைதான் என்று பல்லாயிரக் கணக்கானோர் அடித்துச் சொன்னார்கள். ஆனால் ஓம் ஆதரவாளர்கள் அதனைக்காட்டிலும் அதிக எண்ணிக்கையில் இருந்தபடியால் அப்போது ஒன்றும் செய்யமுடியவில்லை.

தவிரவும் ஷோகோவுக்கு இன்னொரு சௌகரியமும் இருந்தது.

1989ம் ஆண்டுதான் ஷோகோ தன்னுடைய ஓம் ஷின்றிக்கியோ இயக்கத்தை ஓர் அதிகாரபூர்வ மதமாக ஜப்பான் அரசால் ஏற்றுக்கொள்ளச் செய்யும் விதத்தில் வலுவான முயற்சிகள் மேற்கொண்டு வெற்றி பெற்றிருந்தார்.

ஜப்பானில் அதனை *Religius Corporation Status* என்று சொல்லுவார்கள். இயக்கம், இயக்கம் என்று அதுகாறும் சொல்லப்பட்டுவந்ததை அதிகாரபூர்வமாக ஒரு மதமாக அங்கீகரித்து அறிவிப்பு வெளியிட்டிருந்தது, டோக்கியோ மெட்ரோபாலிடன் நிர்வாகம்.

மதம், மக்களின் நம்பிக்கைகள், கலாசாரம், பழக்க வழக்கங்கள், பிரத்தியேக விருப்பு வெறுப்புகள் ஆகியவற்றை மிகவும் மதிக்கிற சுபாவம் ஜப்பானியர்களுக்கு எப்போதுமே உண்டு. அரசாங்கம் இந்த விஷயத்தில் ஒருபோதும் மக்கள் மனம் புண்படக்கூடாது என்று நினைத்தது. மதம் சம்பந்தப்பட்ட விஷயங்களில் துளிக்கூட ரசாபாசங்களுக்கு இடம் கூடாது என்பது அங்கே எழுதாத சட்டம்.

ஷோகோவின் ஓம் இயக்கம் இப்படியொரு தனி மத ஸ்தாபக இயக்கமாக அரசால் அங்கீகரிக்கப்பட்டு விட்டிருந்த நிலையில், மேற்படி வழக்கறிஞர்கொலை தொடர்பாக ஷோகோவிடமோ, இயக்கத்தின் தலைமை பக்தர்களிடமோ, சிஷ்யகோடிகளிடமோ விசாரணை என்று மணிக்கணக்கில் உட்காரவோ, ஆசிரமத்தில் ஆதாரம் தேட வாரண்ட் கொடுக்கவோ ஜப்பானிய நீதி மன்றமும் காவல் துறையும் தயங்கின.

சொல்லப்போனால் அம்மாதிரியான விசாரணை களும் தேடுதல் வேட்டைகளும் ஜப்பானில் அத்துமீறல் என்றே கருதப்பட்டது.

இது ஷோகோவுக்குப் பரம சௌகரியமாகப் போய் விட்டது. தாடியை உருவிக்கொண்டு சிவசிவ என்று சொல்லிவிட்டுப் போய்விட்டார்.

இதென்ன அபத்தம் என்று தோன்றுகிறதா? எல்லாம் இரண்டாம் உலகப்போரின் முடிவுக்குப் பிறகு ஜப்பானில் கொஞ்சநாள் கலாசாரம் வளர்த்துவிட்டுப் போன அமெரிக்கா செய்த காரியம். இரண்டாம் உலகப்போரில் ஜப்பானின் வீழ்ச்சிதான் இறுதிக்காட்சி என்பது தெரியுமல்லவா? ஹிரோஷிமா - நாகசாகி நகரங்களை ஒழித்துவிட்டு ஜப்பானையே தரைமட்டமாக்கியபிறகு அங்கே வேறு அரசு உருவாகி, புதிய சட்டதிட்டங்கள், புதிய வாழ்க்கை, புதிய ஆரம்பம் என்று தொடங்கிய நேரத்தில் ஜப்பானில் இருந்த அமெரிக்க அதிகாரிகள் தங்கள் பங்குக்குச் சிலவற்றை அங்கே மிச்சம் வைத்துவிட்டுப் போனார்கள்.

அவற்றில் ஒன்று, மதங்களுக்கு மரியாதை. எந்த மதத்தையும் இழிவுபடுத்தாதீர். எந்த மதத்தவரையும

புண்படும் விதத்தில் நடத்தாதீர். மதத்தலைவர்களை அவமானப்படுத்தும் சம்பவங்கள் நடக்கக்கூடாது. மத நிறுவனங்கள், மடாலயங்களில் காவல் துறையோ, ராணுவமோ நுழையாமல் இருப்பது நீண்டநாள் நோக்கில் தேச ஒற்றுமைக்கு நல்லது செய்யும்.

நல்ல கருத்துதான். எடுத்துக்கொள்வதில் என்ன பிரச்னை? இயல்பாகவே ஜப்பானியர்களுக்கு இந்தக் குணம் உண்டு. யாரையுமே அவர்கள் புண்படுத்த விரும்பமாட்டார்கள். ஜப்பானிய காவல் துறை விசாரணைகள் கூட மிகவும் கௌரவமாக, குற்றவாளியின்மீது கைபடாமல்தான் இருக்கும்.

இதெல்லாம் நமது ஷோகோ முனிபுங்கவருக்கு சௌகரியமாகப் போய்விட்டன. கொலையா? நாங்களா? சிவசிவா என்று சொல்லிவிட்டார். தனது ஆசிரமக் கதவுகள் எந்நேரமும் திறந்தே இருக்கும், யாரும் எப்போதும் வந்து விசாரிக்கலாம், என்ன வேண்டுமானாலும் செய்துகொள்ளலாம் என்றும் சொல்லிவைத்தார்.

அதற்குப்பிறகு யார் வருவார்கள்?

இன்னொரு விஷயமும் கவனிக்கவேண்டியது. மேற்படி அரசு அங்கீகாரத்துக்கு முன்னால் ஓம் ஷின்ரிக்கியோவுக்கு ஜப்பானில் ஆயிரக்கணக்கில் இருந்த பக்தர் கூட்டம், அங்கீகாரத்துக்குப் பின்னால் லட்சக்கணக்கில் பெருகத் தொடங்கிவிட்டிருந்தது. வீதிக்கு ஒரு குடும்பமாவது ஓம் மதத்தைத் தழுவிக் கொண்டிருந்தது. எங்கும் ஓம். எதிலும் ஓம்.

தாடி வைத்த அந்த வெள்ளைத் தக்காளியின் புகைப்படம் இல்லாத சுவர்களே கிடையாது. உயர்மட்ட அரசு அதிகாரிகள், அமைச்சர்கள்,

காவல்துறை அதிகாரிகள், நீதிபதிகள், மருத்துவர்கள், விஞ்ஞானிகள் என்று சமூகத்தின் அனைத்துத் தரப்பிலும் ஓம் ஆதரவாளர்களும் பக்தர்களும் பல்கிப் பெருகிவிட்டிருந்தார்கள்.

1988ம் ஆண்டு இறுதிக் கணக்கு முடிக்கும்போது ஓம் ஷின்ரிக்கியோவின் சொத்து மதிப்பு 4.3 மில்லியன் அமெரிக்க டாலராக இருந்தது. இதுவே அடுத்த வருஷம் அந்த அரசு அங்கீகாரத்துக்குப் பிறகு 100 மில்லியன் டாலராக உயர்ந்துவிட்டது. எங்கிருந்து அப்படிப் பேய் மாதிரி பணம் வந்து கொட்டுகிறது என்று யாருக்குமே புரியவில்லை. ஆறு நாடுகளில் ஐம்பது கிளைகள். ஒவ்வொரு கிளையும் குறைந்தது வருடத்துக்கு இருபது லட்சம் டாலர்களாவது நிதி திரட்டிக்கொண்டிருந்தது.

ஷோகோவுக்குப் பெருமிதமும் சந்தோஷமும் பிய்த்துக்கொண்டது. தான் நினைத்ததை அடைந்து விடப்போகிறோம் என்று உறுதியாக அவர் நினைத்தார். அடுத்தக்கட்ட நடவடிக்கைகள் குறித்துத் தனக்கு நெருக்கமான உள் வட்டத்துடன் கலந்து பேசத் தொடங்கினார்.

ஆயுதங்கள் வரத் தொடங்கிவிட்டன. அவற்றைத் தக்கமுறையில் பாதுகாக்கவும் ஏற்பாடுகள் செய்யப்பட்டுவிட்டன. தாக்குதல் என்பதுதான் திட்டம். அதை எங்கிருந்து, எப்படித் தொடங்குவது என்பதுதான் பேசி முடிவு செய்யவேண்டிய விஷயம்.

அதற்குள் இந்த வழக்கறிஞர் கொலை விவகாரம் வந்து கொஞ்சம் திசைதிருப்பிவிட்டது. இம்மாதிரி இன்னமும்கூட நிறையவரலாம். பொதுவாழ்க்கையில் இதெல்லாம் சர்வ சாதாரணமானது. ஆனால்

மக்களுக்குத் தம்மீது அசைக்கமுடியாத நம்பிக்கையும் பக்தியும் இருக்கிறது, அது மாறவே மாறாது என்பதை நிரூபித்துவிட வேண்டும்.

யாருக்கு?

அரசாங்கத்துக்கு. அது முக்கியம். ஏனெனில் ஷோகோ தீர்மானித்திருந்த யுத்தமே அரசாங்கத்துக்கு எதிராகத்தானே? முதலில் ஜப்பானை வெல்வது. பிறகு உலகத்தை. அதுதானே செயல்திட்டம்?

என்ன செய்யலாம் என்று யோசித்தார். யுத்தத்துக்கு முன்னால் ஒரு ரவுண்டு தேர்தலில் நின்று பார்த்தால் என்ன என்று தோன்றியது. மக்கள் ஆதரவு! ஹ, தனக்கில்லாததா? யுத்தமேகூட இல்லாமல் முழு ஜப்பானையும் வசப்படுத்திவிட முடிந்தாலும் நல்லதுதானே?

சரி, வா விளையாடலாம் என்று களத்தில் இறங்க முடிவு செய்தார்.

5

மரண அடி!

ஷோகோசாமியார்(முன்பே சொல்ல மறந்துவிட்ட ஓர் இடைசெருகல். இவருக்கு ஒரு மாமியாரும் ஆறு வாரிசுகளும் உண்டு. டோக்கியோவில் ஒரு அப்பார்ட்மெண்டில் ஒண்டுக்குடித்தனம் இருந்தாரே, அப்போது பக்தையாக வந்த ஒரு கல்லூரி மாணவியை டாவடித்து காந்தர்வ மணம் புரிந்துகொண்டுவிட்டார். ஆனால் அவரது தனி வாழ்க்கை குறித்து அதிக தகவல்கள் இல்லை.) அரசியலில் குதிக்கலாம் என்று நினைத்ததற்கு மேலும் சில காரணங்களைச் சொல்லலாம்.

1989ம் ஆண்டு அந்த வழக்கறிஞர் படுகொலைச் சம்பவத்துக்குச் சற்று முன்னும் பின்னுமாக ஓம் ஷின்ரிக்கியோ இயக்கத்தின் பெயர் கடுமையாக ரிப்பேர் ஆகத் தொடங்கியிருந்தது. அனைத்துமே ஷோகோ எதிர்பாராத சம்பவங்கள். ஆசிரமத்தில் எத்தனைக்கு எத்தனை தீவிரமாக பக்தர்கள் வந்து குவியத்தொடங்கினார்களோ, அத்தனைக்கு அத்தனை வேகமாகச் சிலர் வெளியேறவும் தொடங்கினார்கள்.

அப்படி வெளியேற முனைந்தவர்களில் பலர் சாமியாரின் பெயரை ரிப்பேர் ஆக்கும் விதத்தில் வெளியே போய் பேசத் தொடங்கினார்கள். ஆசிரமத்தில் ஒன்றும் சரியில்லை. இளைஞர்கள் மற்றும் இளம் கன்னியரை வசியப்படுத்தி உள்ளே சேர்த்து கெட்ட காரியங்களுக்குப் பயன்படுத்துகிறார் கள். நிறைய விஷயம், நடப்பதெல்லாம் மர்மமாக இருக்கிறது. பலபேர் திடீர் திடீரென்று காணாமல் போகிறார்கள். காணாமல் போய் கிடைக்கிறவர்க ளெல்லாம் அநேகமாக இறந்த உடலாகத்தான் அகப்படுகிறார்கள். சொல்லிவைத்தமாதிரி எல்லாரும் ஆக்சிடெண்டில் இறக்கிறார்கள்.

என்னமோ நடக்கிறது. ஒன்றும் புரியவில்லை. தவிரவும் வண்டி வண்டியாகக் குவியும் பணத்துக்குக் கணக்கு வழக்கே இல்லை. பக்தி மார்க்கத்தைப் பரப்பும் இயக்கத்தின் மேல் மட்டத்தில் பல குண்டர்கள் அடிக்கடி வந்து போகிறார்கள். யாரைப்பார்த்தாலும் பி.எஸ். வீரப்பா போலவே தெரிகிறார்கள். மகான் ஷோகோ இந்த வீரப்பாக்களிடம் மிகுந்த அன்னியோன்னியமாக நடந்துகொள்கிறார். அடிக்கடி ரகசிய அறையில் அவர்கள் கதவைப் பூட்டிக்கொண்டு மணிக்கணக்கில் தியானம் பண்ணுவது சந்தேகத்துக்கு இடமாக இருக்கிறது.

இன்னோரன்ன குற்றச்சாட்டுகள். இதெல்லாம் இமேஜை டேமேஜ் பண்ணாதா என்ன?

ஆனால் இந்தக் குற்றச்சாட்டுகள் எதிலும் உண்மை இல்லாமல் இல்லை என்பதையும் சொல்லி விடவேண்டும். ஆசிரமத்தின் வளர்ச்சி எத்தனை வேகமாக இருந்ததோ, அதே அளவுக்கு உள்ளே

நடந்துகொண்டிருந்த கெட்ட காரியங்களும் அதிகமாகவே இருந்தன. சாமியாரின் முதன்மைத் தளபதிகள் கண்மூடித்தனமாகத் தங்கள் எதிரிகள் என்று நினைத்தவர்களைப் போட்டுத்தள்ளவும் அடித்துத் துரத்தவும் ஆரம்பித்திருந்தார்கள்.

பெரிய அளவில் விரிந்து பரந்துவிட்ட இயக்கத்தில் இதெல்லாம் தவிர்க்க முடியாதவை என்று ஷோகோ நினைத்தார். தவிரவும் எப்படியும் ஜப்பானே தன் கைவசம் வந்துவிடப்போகிற நிலையில் இதெல்லாம் என்ன ஜுஜுபி என்றும் தன்னை அவர் சமாதானப்படுத்திக்கொண்டார். இருக்கவே இருக்கிறது, டோக்கியோ ரிலிஜியஸ் கார்ப்பரேஷன் சட்டம். யார் என்ன செய்துவிட முடியும்? ஒரு ஆட்டம் ஆடிப்பார்த்துவிடுவது என்று அவர் முடிவு செய்தார்.

அப்போதுதான் அந்த எலக்ஷன் வந்தது. ஜப்பானிய தேசியத் தேர்தல். 1990ம் ஆண்டுக்கான தேர்தல்.

ஜப்பான் தேர்தல் முறை சற்று வித்தியாசமானது. அங்கே இருபது வயதான ஜப்பானியர்கள் அனைவரும் வோட்டளிக்கலாம். ஒவ்வொரு தேர்தலிலும் ஒவ்வொரு தொகுதியிலும் ஒவ்வொரு வாக்காளருக்கும் இரண்டு வாக்குச் சீட்டுகள் அளிக்கப்படும். ஒன்று, தம் தொகுதிக்கு யாரை அவர்கள் எம்.பியாகத் தேர்ந்தெடுக்க விரும்பு கிறார்களோ, அவர்கள் பெயருக்கு முன்னால் முத்திரை குத்தி சொருகவேண்டிய சீட்டு. இன்னொன்று, எந்தக் கட்சி ஆட்சிக்கு வந்தால் நல்லது என்று அவர்கள் நினைக்கிறார்களோ, அந்தக் கட்சியின் சின்னம் மட்டும் இடம்பெறும் தனிச்சீட்டு.

குழம்பாதீர். விஷயம் எளிமையானது. உதாரணத் துக்கு உங்கள் தொகுதியில் தி.மு.க, அ.தி.மு.க,

தே.மு.தி.க., பா.ஜ.க. என்று நாலைந்து கட்சிகளைச் சேர்ந்த வாக்காளர்கள் நிற்கிறார்கள் என்று வைத்துக்கொள்ளுங்கள். உங்களுக்கு ஏதோ ஒரு கட்சிக்கு வாக்களிக்கலாம் என்று தோன்றுகிறது. ஆனால் நிறுத்தப்பட்டிருக்கும் வேட்பாளர்கள் யாரும் சரியில்லை என்றும் தோன்றுகிறது. தோதாக சுயேச்சை ஒருவர் உத்தமோத்தமராக இருக்கிறார் என்று வைத்துக்கொள்ளவும். என்ன செய்வீர்கள்?

நம்மூரில் கண்டிப்பாக சுயேச்சைக்கு யாரும் வாக்களிப்பதில்லை அல்லவா? எத்தனை பிடிக்காத பிரகஸ்பதியாக இருந்தாலும் கட்சி பார்த்துத்தானே பெரும்பாலானோர் வாக்களிக்கிறார்கள்?

ஜப்பானில் சற்று வேறு மாதிரி. உங்களுக்குப் பிடித்த வாக்காளருக்கு ஒரு வாக்களித்துவிட்டு, எந்தக் கட்சியை உங்களுக்குப் பிடிக்கிறதோ, அதற்கும் தனியாக வாக்களிக்க முடியும்.

மொத்தம் அங்கே 480 நாடாளுமன்ற சீட்டுகள் இருக்கின்றன. அவற்றுள் 300 சீட்டுகள் வேட்பாளர்களின் வெற்றி அடிப்படையில் தேர்ந்தெடுக்கப்படும். மிச்சமுள்ள 180 சீட்டுகளை அதிக வாக்குகள் பெரும் கட்சிகளுக்கு அளித்துவிடுவார்கள். இதனை *Propotional Representation* என்று சொல்லுவார்கள். வேட்பாளர்கள் உங்களுக்குப் பிடிக்காதுபோனால் உங்களுக்குப் பிடித்த கட்சியாவது சபையில் இருக்கும். கட்சி பிடிக்காதென்றால், நீங்கள் வாக்களித்த வேட்பாளராவது இருப்பார். எந்தக் காரணம் கொண்டும் வாக்களித்த மக்கள் ஏமாற்றத்துக்கு உள்ளாகக்கூடாது என்பதனாலேயே இப்படியொரு ஏற்பாடு.

ஆச்சா? மகான் ஷோகோ என்ன செய்தார் என்று பார்ப்போம். 1990 பொதுத்தேர்தலில் ஓம் இயக்கத்தின் சார்பில் சிலரைத் தேர்தலில் நிறுத்தலாம் என்று முடிவு செய்தார். ஆனால் ஒரு மத அமைப்பாக ஓம் ஷின்றிக்கியோவால் தேர்தலில் நிற்கமுடியாது. ஆகவே 'ஓம் ஷின்றி - டூ' என்கிற பெயரில் (என்றால், பேருண்மைக் கட்சி என்று பொருள்) ஒரு திடீர் கட்சியை உருவாக்கினார். மக்களுக்கு ஜனநாயக முறைப்படியும் சேவை செய்ய ஓம் இயக்கம் களமிறங்கியிருக்கிறது என்று சொல்லி, உடனடியாக அதற்கு தேர்தல் கமிஷன் அங்கீகாரமும் பெற்றுவிட்டார்கள்.

அடுத்தது என்ன? வேட்பாளர்கள் தேர்வு. தன்னையும் சேர்த்து ஓம் ஆசிரமத்தின் உயர்மட்ட குண்டர்களில் இருபத்தி நான்கு பேரைத் தேர்வு செய்து (ஆகமொத்தம் 25) இவர்கள் அனைவரும் எம். பி தேர்தலில் நிற்கப்போகிறார்கள் என்று அறிவித்தது ஓம் இயக்கத்தின் செய்தித் தொடர்புத் துறை.

இதென்ன கூத்து என்று சிலர் முணுமுணுத்தாலும், பலர் அட என்று வியப்புற்றது உண்மை. ஷோகோ அசஹாரா 300 இடங்களில் ஆள் நிறுத்தினாலும் அத்தனையிலும் அவர்தானே ஜெயிப்பார்? அவரைக் காட்டிலும் ஜப்பானில் செல்வாக்கு உள்ளவர்கள் யார்? இதுதான் முக்கியமான விவாதப் பொருளானது.

ஜப்பானில் என்ன? சோவியத் ரஷ்யா எலக்ஷனில்கூட அவர் ஆள் நிறுத்தலாம். பொலிட் பீரோ பிரச்னை பண்ணாதபட்சத்தில் ஷோகோ சுலபமாக ஜெயித்து விடுவார் என்று பேசினார்கள்.

உண்மையில் ஷோகோவே அப்படித்தான் நினைத்தார். என்ன பெரிய கஷ்டம்? ஜப்பானில் குறைந்தபட்சம் அவருக்கு பத்திலிருந்து முப்பது

லட்சம் பேர் தீவிர பக்தர்கள் இருந்தார்கள். தவிரவும் அனுதாபிகள் என்று தனிப்பட இன்னும் சிலபல லட்சங்கள். கட்சிக்காரர்களுக்குக் கூட அத்தனை செல்வாக்கு இருக்காது. மேலும் ஷோகோ ஒருமுறை புரண்டு படுத்தால் கூடச் செய்தியாக்கிவிடக் காத்திருக்கும் மீடியா, அவர் தேர்தலிலேயே நிற்கிறார் என்றால் சும்மா இருக்குமா?

பணம் இருக்கிறது. அதிகாரம் இருக்கிறது. செல்வாக்கு இருக்கிறது. அரசு மட்டத்தில், என்ன சொன்னாலும் அடிபணிந்து கேட்க எத்தனையோ பேர் தயாராக இருக்கிறார்கள். எப்படியும் 25 இடத்திலும் ஜெயித்துவிடலாம், அதன்பின் நாடாளுமன்றத்தைக் கொஞ்சம் கொஞ்சமாக வசப்படுத்தி, அடுத்த எலக்ஷனில் 300 இடங்களையும் கைப்பற்றிவிடலாம், அதற்கு அடுத்த எலக்ஷனில் நானூற்று எண்பதும் நம் வசம் என்று ஜோராக எழுபது எம்.எம்மில் கனவு காணத் தொடங்கினார்கள் இயக்கத்தைச் சேர்ந்தவர்கள்.

உடனடியாகத் தேர்தல் கண்காணிப்புப் பிரிவு ஒன்று ஆசிரமத்தில் உருவாக்கப்பட்டது. தனியொரு அலுவலகம் அதற்காகத் திறக்கப்பட்டது. பிரம்புக்கூடைகளில் பணம் கொண்டுபோய் இறக்கப்பட்டது. தோரணங்களும் போஸ்டர்களும் ராவோடு ராவாக அடித்து தூள் கிளப்பின. கட்சி வேட்பாளர்களெல்லாம் திறந்த ஜீப்பில் கைகூப்பிச் சென்றால் ஓம் வேட்பாளர்கள் தங்க ரதங்களில் பவனி வந்தார்கள். அவர்கள் மூக்குத்தி கொடுத்தால் இவர்கள் மூக்கே கொடுத்தார்கள். அவர்கள் பொன் வைக்கும் இடத்தில் பூவைத்தால் போதும் என்று நினைத்தால் இவர்கள் பூ வைக்கும் இடத்தில் பூங்காவனத்தையே வைத்தார்கள்.

செலவென்றால் செலவு, அப்படியொரு செலவு. ஆனால் படு சந்தோஷமாகச் செய்தார்கள். யார் வீட்டுப் பணம்? ஆத்துல போற தண்ணி. ஐயா குடி, அம்மா குடி என்று அள்ளிவிட்டார்கள். கோஷம் போடும் தொண்டர்களுக்கெல்லாம் தினசரி இரவானால் நட்சத்திர ஓட்டல்களிலிருந்து சரக்கும் சாப்பாடும் தூக்குவாளியில் வாங்கிவரப்பட்டு பரிமாறப்பட்டன. கட்சிக்காக உழைக்கும் அடிப்பொடிகளுக்கு ஏசி ஓட்டல்களில் ரூம் போட்டுக்கொடுத்தார்கள். கொஞ்ச நஞ்சக் காசா? அடேங்கப்பா. நம்மாலெல்லாம் கற்பனைகூடச் செய்துபார்க்க முடியாது.

ஷோகோ நிறுத்திய 24 வேட்பாளர்களும் எந்தெந்தத் தொகுதியில் போட்டியிட்டார்களோ, அந்தந்தத் தொகுதியில் இருந்த ஓம் பக்தர்களும் பணம் படைத்தவர்களும் தினசரி கட்சி நிதிக்காக மொய் எழுதிய சம்பவங்கள் அநேகம். ஒரு தொழிலதிபர், ஒரு குறிப்பிட்ட ஓம் வேட்பாளருக்காகத் தன்னுடைய ஒரு ஃபேக்டரியையே விற்று முழுக்காசையும் கொண்டுவந்து கொட்டினார்.

அவர்களுக்கே இப்படி என்றால் ஷோகோவுக்கு எப்படி இருக்கும்? அந்தத் தேர்தலை அவர்கள் தேர்தலாகவே நினைக்கவில்லை. மாறாக ஜப்பானிய பக்தர்கள் அதுநாள் வரை சேர்த்து வைத்திருந்த அத்தனை பணத்தையும் கரைத்துக் கரியாக்கிவிட்டு, தேர்தல் முடிந்ததும் புதிதாக நோட்டடித்து அளித்துக்கொள்ளலாம் என்றே தீர்மானித்து விட்டார்கள்.

பொதுக்கூட்டங்கள், வானொலி, தொலைக்காட்சிப் பேச்சுகள், திறந்த ஜீப் உரைகள், கைப்பிரசுரங்கள், நாளிதழ் அறிக்கைகள் என்று ஷோகோ படு

தீவிரமாக இருந்தார். ஏற்கெனவே அவர் பாப்புலர் ஆசாமி. தேர்தலிலும் நின்றுவிட்ட பிறகு புகழூக்குக் கேட்கவேண்டுமொ?

ஒரு மதத்தலைவர் தேர்தலில் நிற்கிறார் என்பதே மாபெரும்செய்தி. சர்வதேசஅளவில்விவாதித்தார்கள். ஒரு பக்கம் புகழ்மாலைகள். இன்னொரு பக்கம் அபாய எச்சரிக்கைகள். ஒரு வழியாகத் தேர்தல் தினம் வந்தது. முடிந்தது. வாக்குகள் எண்ணப்பட்டன.

அலை ஓய்ந்தது அப்போதுதான்.

யாரும் கனவில் கூட நினைத்துப்பார்க்கவில்லை. அப்படியொரு ரிசல்ட்!

மதம், பக்தி சம்பந்தப்பட்ட விஷயத்தில் ஐப்பானியர்கள் கொஞ்சம் வீக்கே தவிர, அரசியலைத் தீர்மானிக்கும் விஷயத்தில் படுகெட்டி என்று அந்தத் தேர்தலில் நிரூபித்தார்கள்.

ஷோகோஉள்பட அவரது கட்சிசார்பில் நிறுத்தப்பட்ட 25 பேருக்கும் டெபாசிட் காலி!

அதிர்ந்துவிட்டார் ஷோகோ. அடக்கடவுளே! தனது ஆசிரமத்தில் இருக்கிற அத்தனை பேரும் வாக்களித்திருந்தால் கூட டெபாசிட் கிடைத்திருக்குமே! அப்படியென்றால்..?

அவர் நின்ற தொகுதியில் மொத்தம் ஐந்து லட்சம் வாக்காளர்கள் இருந்தார்கள். அதில் அவருக்குக் கிடைத்தது மொத்தமே 1700 வோட்டுகள்தான். வெந்த புண்ணில் வெங்காய சட்னியை ஊற்றியதைப் போல ஷோகோ எதிர்ப்பாளர்கள் ராவோடு ராவாக ஒரு கணக்கெடுப்பு நடத்தினார்கள்.

அவரது தொகுதியில் வசிக்கும் மக்களில் ஓம் இயக்கத்து பக்தர்களின் மொத்த எண்ணிக்கை *18000.* அவர்கள் கூட ஷோகோவுக்கு வோட்டுப் போடவில்லை என்று ஆதாரபூர்வமாக எடுத்துக் காட்டி வெறுப்பேற்றினார்கள்.

ஜப்பான் முழுக்க இதே பேச்சு. எங்கும் ஷோகோ. எதிலும் ஷோகோ. தோற்றபிறகும் செய்தித் தாள்களில் அவரே நின்றார். எப்படித் தோற்றார்? ஏன் தோற்றார்? லட்சக்கணக்கான பக்தர்கள், வழிபடு ஜென்மங்கள் என்பதெல்லாம் பொய்யா? மாயைதானா? ஃப்ராடு சாமியாரை மக்கள் ஒதுக்கிவிட்டார்களா? மக்களுக்கு விழிப்புணர்வு வந்துவிட்டதா? இனிமேல் ஓம் ஆசிரமத்தில் ஈயும் கொசுவும்தான் மேயுமா?

அவ்வளவுதான். ஷோகோ அசஹாராவின் மூன்றாவது கண் அன்று திறந்துவிட்டது. நிர்மூலம். சகலத்தையும் நிர்மூலம் செய்வேன். இந்த அரசாங்கத்தை அழிப்பேன். ஆட்சியை ஒழிப்பேன். வாக்களிக்காத மக்களை சர்வநாசம் செய்வேன். இதுதான். இவ்வளவுதான். ஊழித்தீ பெருக்கெடுக்கப்போகிறது. என் சக்தி என்னவென்று பார்க்கத்தான் போகிறீர்கள். போர், போர், போர்! வந்தேவிட்டது யுத்தம். இதோ வருகிறேன் பார்!

ஆங்காரமுடன் அவர் எழுந்து நின்றார். ஒரு மாபெரும் அழிவுக்காண்டத்தின் தோற்றுவாய் அந்தத் தேர்தல் முடிவில் இருந்ததை ஜப்பானியர்கள் அன்று அறிந்திருக்கவில்லை!

6

தாமரை பிரசங்கம்

ஆர்டர் கொடுத்தார்கள். பிளாஸ்டர் ஆஃப் பாரிஸில் பிரம்மாண்டமாக, பத்தடி விட்டத்துக்கு ஒரு பெரிய தாமரைப்பூ செய்து கொண்டுவந்து ஆசிரமத்தின் நடுவே வைக்கப்பட்டது. கவனமாகத் தாமரையின் நடு இதழ்களை நீக்கிவிட்டு அங்கே ஒரு பஞ்சுத் தலையணை வைத்துப் புதைக்கப்பட்டிருந்தது. ஷோகோ முனிவர் செளகரியமாக நடுவே உட்கார்ந்து பிரசங்கம் பண்ண வேண்டாமா? இரண்டு பக்கமும் ராட்சச மின்விசிறிகள் பேயாகச் சுழன்று காற்று வீசின. ஐம்மென்று ஷாம்பு போட்டுக் குளித்துவிட்டு, கூந்தலைப் பறக்கவிட்டபடி ஷோகோ வந்து தாமரையின் மீது ஏறி அமர்ந்தார்.

பக்தர்கள் ஓம் ஓம் என்று தலைக்கு மேலே கைகூப்பி பஜனை பாடினார்கள். சில வினாடிகள் அந்த ஓங்காரம் ஹாலை நிறைக்க, ஷோகோ கையை உயர்த்தி அவர்களை அமைதிப்படுத்தினார். வரச் சொல்லியிருந்த பத்திரிகையாளர் வந்திருக்கிறாரா?

உள்ளேன் ஐயா.

நல்லது. ஆரம்பிக்கலாம். ஷோகோ தொண்டையைச் செருமிக்கொண்டார். கண்களை மூடிக்கொண்டார்.

நான் சொல்வதைக் கேளுங்கள். இதுதான் இறுதி. எனக்குப் பிறகு உங்களுக்கு யாரும் எச்சரிக்கை கொடுக்கப்போவதில்லை. சிந்திப்பதற்குக் கூட உங்களுக்கு நேரமிருக்கப்போவதில்லை. அழிவின் கோரத் தாண்டவம் என்பது எப்படி இருக்கும் என்பதை உங்களால் கற்பனை செய்து பார்க்க முடியாது. குழந்தைகளையும் சொத்துகளையும் தூக்கமாட்டாமல் தூக்கிக்கொண்டு தெருத்தெருவாக அடைக்கலம் தேடி ஓடுவீர்கள். அப்போது உங்களை அரசாங்கம் கைவிடும். ஆட்சியாளர்கள் கைவிட்டு விடுவார்கள். அண்டை நாடுகள் ஓநாய் மாதிரி வாய்பிளந்து எல்லைப்புறங்களில் காத்து நிற்கும்.

நீங்கள் எல்லை கடக்கும்போது அவர்கள் பசிக்கு இறையாவீர்கள். நான்கு புறமும் கடலால் சூழ்ந்த ஜப்பானின் கரையோரங்களெல்லாம் எலும்புத் துண்டுகள் மிதக்கப்போகிறது. உங்கள் மரணம் சம்பவிக்கும் வினாடிக்கு முந்தைய கணம் உங்கள் வீடு வாசல்கள் பற்றியெரியும் காட்சியைக் காண்பீர்கள். இதற்குமேல் ஒன்றுமில்லை. இறுதிக்கட்டம் என்பது இதுதான். அழிவு. பேரழிவு. சகிக்கமுடியாத பெரும் அழிவு.

ஐயோ, குருஜி என்று அத்தனை பேரும் அலறினார்கள். அழைப்பின்பேரில் வந்திருந்த *Twilight Zone* என்கிற பத்திரிகையின் நிருபர், பரபரப்படைந்து உலக அழிவுக்கு முன்னால் ஷோகோவைச் சில போட்டோக்கள் எடுத்துக்கொள்ள விரும்பி, அந்த தாமரை செட்டில் அவர் உட்கார்ந்திருந்த

போஸை விதவிதமான கோணங்களில் சுட்டுத் தள்ளிக்கொண்டிருந்தார்.

'மகனே, என்னை எதற்கு உன் ஒளிச்சுருளில் அடைத்துக்கொள்ள நினைக்கிறாய்? நான் நிரந்தரமானவன், அழிவதில்லை. எந்த நிலையிலும் எனக்கு மரணமில்லை. உலக அழிவுக்குப் பின் நீ பிழைத்திருந்தால் வந்து என்னைப் பார். அப்போது நிதானமாக ஒரு ஃபோட்டோ ஷூட் வைத்துக் கொள்ளலாம். இப்போது நான் சொல்வதை மட்டும் கவனமாகக் கேட்டுக்கொள்.'

'அப்படியா? என்ன ஆச்சர்யம்? நீங்கள் அழிவில் சிக்கமாட்டீர்களா?'

ஷோகோ சிரித்தார். 'குழந்தாய்! இதென்ன விளையாட்டு? ஒவ்வொரு பேரழிவின்போதும் புவியின் எச்சங்கள் என்று சில காப்பாற்றப்படும் என்கிற விஷயம் உனக்குத் தெரியாதா? நோவாவின் கதையை நீ படித்ததில்லையா? அவனது பேழை குறித்துக் கேள்விப்பட்டதில்லையா?'

'ஆம். பைபிளில் அப்படி ஒரு கதை இருப்பதாக..'

'கதையல்ல குழந்தாய். அதுதான் உண்மை. அதுவே சத்தியம். நான் இருபதாம் நூற்றாண்டின் நோவா. பேரழிவிலிருந்து தப்பிக்க இறைவன் தேர்ந்தெடுத் திருக்கும் மிகச்சிறு கூட்டத்தைத் தலைமை தாங்கப்போகிறவன் நான்.'

ரிப்போர்ட்டர் சுற்றுமுற்றும் பார்த்தார். எங்காவது நோவாவின் பேழையின் நவீன வர்ஷன் இருக்கிறதா?

ஷோகோ புன்னகை புரிந்தார். அந்த நிருபரைக் கூட்டத்திலிருந்து எழுந்து தன் அருகே வரச்சொல்லி

சைகை செய்தார். அவர் கையில் அப்போது ஒரு செய்திப்பத்திரிகை ஒன்று முளைத்திருந்தது.

'இந்த பேப்பரை நீங்கள் படித்திருக்கிறீர்கள் அல்லவா? இந்த ஐந்தாம் பக்கம்? இதில் ஒரு வரலாற்றாசிரியர் எழுதியிருக்கும் கட்டுரை ஒன்று வெளியாகியிருக்கிறது. எத்தனை பேர் அதனைப் பார்த்தீர்கள்?' என்று கேட்டார்.

பலபேர் பார்த்திருந்தார்கள். தன்னை நாஸ்டிரடாமஸின்மறுஅவதாரமாகக்கருதிக்கொண்ட ஒரு ஹிஸ்டரி கோயிஞ்சாமி அதில் ஒரு கட்டுரை எழுதியிருந்தார். உலகம் அழியப்போகிறது. மீட்சிக்கு வழியில்லை.

'நான் மட்டும் சொல்லவில்லை நண்பர்களே! இதோ பாருங்கள். ஒரு வரலாற்றுப் பேரறிஞர் சொல்லியிருக்கிறார்! அவருமா பொய் சொல்வார்? அறிஞர்களையும் மகான்களையும் வாழும் காலத்தில் நீங்கள் பொருட்படுத்துவதில்லை. செத்தபிறகு மறக்காமல் சிலை வைத்துவிடுகிறீர்கள். இது மிகவும் தவறான அணுகுமுறை. இப்போது உங்களுக்கு இறுதி வாய்ப்பளிக்கிறேன். நான் சொல்வதைக் கேளுங்கள். உலகம் அழியத்தான் போகிறது. நான் தப்பிக்கப்போகிறேன். நான் என்றால், என்னோடு இருக்கிறவர்களையும் சேர்த்து.'

பக்தர்கள்பரவசநிலையின்உச்சத்துக்குப் போனார்கள். என்ன சொன்னாலும் தலையாட்டுவோம் என்று மௌனத்தால் வாக்களித்தார்கள்.

'சரி, கேளுங்கள். நேற்றிரவு என் கனவில் கடவுள் வந்தார். அடிக்கடி வந்து போகிறவர்தான். ஆனால் நேற்று ஒரு செய்தியுடன் வந்தார். அழிவு சக்திகள்

நம்மை சம்ஹாரம் செய்யத் தயாராகிவிட்டன. எதிர்த்து நிற்க உலகில் வேறு யாரும் தயாரில்லாத நிலையில் இறைவனே ஒரு படையை நிறுவுகிறார். அந்தப் படைக்கு என்னைத் தலைமை ஏற்கச் சொல்லியிருக்கிறார். என் படையின் வீரர்களாகச் சேர உங்களில் எத்தனை பேர் தயார்?'

அவர் பேசிக்கொண்டிருந்தபோதே அந்த வரலாற்று கோயிஞ்சாமி பரபரவென்று ஆசிரமத்துக்கு வந்தார். ஷோகோ புன்னகை செய்தார். வாருங்கள். வாருங்கள்.

'நான் கண்டுபிடித்துவிட்டேன். உலக அழிவைத் தடுத்து நிறுத்தப்போகிற மாபெரும் சக்தி நீங்கள்தான். அழிவுக்குப் பின் மிஞ்சி நிற்கப்போகிற ஒரு சிறு மனிதக்குழு ஜப்பானில்தான் இருக்கப்போகிறது. நீங்களே அந்தக் குழுவின் தலைவர்!' என்று சொல்லி ஷோகோவின் பாதங்களில் விழுந்து பணிந்தார்.

'பார்த்தீர்களா! எத்தனை பெரிய வரலாற்று அறிஞர். தவிரவும் தீர்க்கதரிசி. என்ன சொல்கிறார் என்று பார்த்தீர்களா?' ஷோகோ கேட்டார்.

ஆமாஞ்சாமி என்றார்கள் பக்தர்கள்.

இந்த உணர்ச்சிகரமான நாடகத்தின் முடிவில் ஷோகோ தன் கணிப்புகளைச் சொல்ல ஆரம்பித்தார்.

'இது என்ன வருடம்? 1999. அல்லவா? எழுதிவைத்துக்கொள்ளுங்கள். 2003ம் ஆண்டுக்குள் உலகில் ஒரு மாபெரும் அணு ஆயுத யுத்தம் நிகழப்போகிறது. அதுதான் ஆரம்பம். அதுதான் இறுதியும் கூட. அணுவை என்ன செய்துவிட முடியும் நம்மால்? ஒன்றும் செய்யமுடியாது. அடிபணிந்து அழிவதுதான் ஒரே வழி. ஆனால் இன்னொரு

வழி இருக்கிறது. ஓம் ஷின்ரிக்கியோ இருக்கிற இடத்தை அணுக்கதிர்கள் ஒன்றும் செய்யாது. ஒவ்வொரு தேசத்திலும் நீங்கள் ஓம் கிளை ஒன்றைத் திறந்துவிடுகிற பட்சத்தில் அத்தனைதேசங்களும் பாதுகாக்கப்படுவது உறுதி. என் பக்தர்கள் பரவியிருக்கிற இடமெங்கும் என் பார்வை விரியும். என் பார்வைக்கு உட்பட்ட அத்தனை பேரும் பாதுகாக்கப்படுவார்கள். நமது படை பாதுகாக்கப் பட்டபிறகுதான் தீய சக்திக்கு எதிராக நாம் யுத்தம் தொடுக்க முடியும்.'

ஆமாம், ஆமாம் என்று பக்தர்கள் சிந்து பாடினார்கள். உடனடியாக என்ன செய்யவேண்டும்? ஒரு படை. மிகப்பெரிய ராணுவத்தை உருவாக்க வேண்டும். அதற்கு நிறைய பணம் வேண்டும். இன்னும் நிறைய.

பக்தர்கள்கொண்டுகுவிக்கஆரம்பித்தார்கள். ஷோகோ தன் ஆசிரமத்தின் இளம் மாணவ பக்தர்களிடம் ஒரு விஷயம் சொல்லிவைத்தார். தண்டச் செலவுகள் செய்யாதீர்கள். கிடைக்கிற ஒவ்வொரு பைசாவையும் கொண்டுவந்து சேருங்கள். உலகத்துடன் உங்கள் தொடர்புகளைமுடித்துக்கொள்ளுங்கள். இனிகவனம் முழுவதும் ஓம், ஓம், ஓம். அவ்வளவே. உங்களது அச்சமே உங்களைக் கொல்லாமலிருக்க நான் ஒரு தாயத்து தருகிறேன். அது உங்களிடம் இருக்கும்வரை எந்தத் தீய சக்தியும் உங்களைத் தீண்டாது!

ஷோகோவின் தாயத்து என்பது ஒரு செம காமெடி.

அத்தனை வருஷம் கஷ்டப்பட்டு எண்ணெய் தடவி உருவி உருவி வளர்த்துவந்த அவரது தாடி, அப்போது செழித்து ஜோராக வளர்ந்திருந்தது. அதிலிருந்து கரெக்டாக அரை இஞ்ச்சுக்கு ஒரு

முடியை கத்திரிக்கோலால் வெட்டி எடுத்துத் தருவார். பக்தர்கள் அதை பயபக்தியுடன் பெற்றுக்கொண்டு 375 டாலர் காணிக்கை தரவேண்டும்.

இந்த பிசினஸ் என்ன வேகமாகப் போனது என்கிறீர்கள்? ஒரே வாரத்தில் ஷோகோ, ஷாருக்கான் மாதிரி மழமழவென்று கன்னத்தைத் தடவ வேண்டியதாகிவிட்டது. ஒரு முடியில் 6 தாயத்துகள். அல்லது ஏழு தாயத்துகள். மொத்தம் இருந்த முடி எத்தனை என்று தெரியாது. ஆனால் இந்த தாடி தாயத்து வழியில் மட்டும் கிட்டத்தட்ட ஐம்பதாயிரம் டாலர் சேர்த்துவிட்டார் ஷோகோ.

போதாதே? வேறென்ன செய்யலாம் என்று யோசித்து பாவம் போக்கும் ஆகாய கங்கை ஜலத்தைத் தருகிறேன் என்று சொன்னார்.

அதாகப்பட்டது, தினமும் ஷோகோ ஒரு பெரிய வட்டத்தொட்டி நிறைய தண்ணீர் நிரப்பி, அதில் முங்கித்தான் குளிப்பார். தண்ணீருக்குள் இருந்தபடியே சோப்பு போட்டுக்கொள்வார். அப்படியே குளித்து முடித்து எழுந்து வெளியே வந்தபிறகு அந்தத் தொட்டியைப் பார்த்தால் எருமை புரண்டு எழுந்த சாக்கடை மாதிரி இருக்கும்.

அபச்சாரம். அப்படியெல்லாம் சொல்லக்கூடாது. அதுதான் ஆகாயகங்கை. தினசரி இரண்டாயிரம் சாஷேக்களில் இந்த ஆகாயகங்கை அடைக்கப்பட்டு தலா 800 டாலருக்கு விற்கப்பட்டது.

இந்தக் கூத்தெல்லாம் நடந்துகொண்டிருந்த அதே சமயம் ஃப்யூஜி என்கிற ஜப்பானின் மிகப்பெரிய எரிமலையின் ஓரத்தில் (Mount Fuji) பல ஏக்கர் கணக்கில் நிலத்தை வளைத்துப்போட்டு மிகப்பெரிய

மருத்துவமனை ஒன்றையும் பல்வேறு ரகசிய ரசாயன ஆய்வுக்கூடங்களையும் ஷோகோவின் அடிப்பொடிகள் கட்ட ஆரம்பித்தார்கள். உலகின் பல்வேறு பகுதிகளிலிருந்து திறமை மிக்க ரசாயன ஆயுத வல்லுநர்களும், உயிரியல் விஞ்ஞானிகளும் அணு ஆயுத விஞ்ஞானிகளும் எஞ்சினியர்களும் அங்கே ரகசியமாகத் தருவிக்கப்பட்டார்கள்.

ஜப்பானின் கியோட்டோ பல்கலைக்கழகத்தில் பணியாற்றிக் கொண்டிருந்த மிக உத்தமமான உயிரியல் பேராசிரியர் சீச்சி எண்டோ (Seiichi Endo) என்பவர் அசந்தர்ப்பமாக ஷோகோவின் பக்தராகி, தன் வேலையை விட்டுவிட்டு ஷோகோவின் உயிரியல் ஆய்வுச் சாலையின் தலைமைப் பொறுப்பை மனமுவந்து ஏற்றுக்கொண்டார்.

அது ஒரு மாபெரும் வியப்புத்தான். எண்டோவைப் போல நூற்றுக்கணக்கான உயிரியல் விஞ்ஞானிகள், வேதியல் விஞ்ஞானிகள், இயற்பியல் வல்லுநர்கள், எலக்டிரானிக்ஸ், மெக்கானிக்கல் இஞ்சினியரிங் படித்தவர்கள், டாக்டர்கள், வழக்கறிஞர்கள் என்று அவரிடம் வந்து குவிந்த அத்தனை பேருமே ப்ரொஃபஷனல்களாகவே இருந்தார்கள்.

ஹிதியோ முராய் (Hideo Murai) என்கிற விஞ்ஞானியை அன்னாளில் ஜப்பானியர்கள் தலைக்குமேல் தூக்கிவைத்துக் கொண்டாடிக்கொண்டிருந்தார்கள். அமெரிக்காவுக்கு ஒரு ஜன்ஸ்டைன் மாதிரி நமக்கு ஒரு முராய் என்று சொல்லுவார்கள். ஆனால் என்ன ஆச்சு? அவரும் ஷோகோ சரணம் கச்சாமி என்று வந்து விழுந்துவிட்டார். அந்த சாகமோடோ லாயர் கொலை வழக்கில் மாட்டினாரே நினைவிருக்கிறதல்லவா? அவரேதான்.

ஓம் ஷின்ரிக்கியோ ஆசிரமத்தில் தங்கிப் படித்து, தக்க சமயத்தில் தப்பித்து வெளியேறிய டேவிட் கப்ளான், ஆண்ட் ரூ மார்ஷல் என்கிற இரண்டு மாணவர்கள் மூலம்தான் இந்த விஷயங்களெல்லாம் உலகுக்குத் தெரியவந்தன.

அது ஒரு புறமிருக்க, ஏற்கெனவே ரஷ்யாவில் ஷோகோவுக்கு இருந்த செல்வாக்கு குறித்துப் பார்த்திருக்கிறோமல்லவா? இப்போது செயல் என்று ஷோகோ களத்தில் இறங்கிவிட்டதும் முதல் காரியமாக ரஷ்யாவில் இருந்து ஏராளமான விஞ்ஞானி களையும் எஞ்சினியர்களையும் ஜப்பானுக்கு வரவழைக்கும் பணியில் இறங்கினார்.

இதில் ஒரு காமெடி என்னவென்றால், ஷோகோவின் இம்முயற்சிக்குப் பேருதவி புரிந்தவர், அந்நாளைய ரஷ்ய பாதுகாப்பு அமைச்சராகப் பணியாற்றிக் கொண்டிருந்த பாவெல் கிரசேவ் (Grachev).

7

மூணு கேஸ்

தொண்ணூறுகளின் தொடக்கத்தில் ரஷ்ய அழகிகளைத்தான் ஜிம்னாஸ்டிக்ஸ் மைதானங்களில் பார்த்து உலகம் ரசித்துக்கொண்டிருந்தது. ஒரு மாறுதலுக்கு ஷோகோ அசஹாராவும் அவரது கோஷ்டியும் ரஷ்ய விஞ்ஞானிகளின் புத்திசாலித் தனத்தில் மயங்கிப் போனார்கள். அவர்களது உதவியுடன் எப்படியாவது தங்களால் அணு ஆயுதங் களைத் தயாரித்துவிட முடியும் என்று ஷோகோ மிகவும் நம்பினார்.

பணத்துக்குப் பிரச்னையில்லை. ஒரு வார்த்தை சொன்னால் - சொல்லக்கூட வேண்டாம், கண்ணைக் காட்டினால் கொண்டுவந்து கொட்ட கோடி பேர்ரெடி. எடுத்துச் செய்ய ஜப்பானிலேயே எஞ்சினியர்கள் எக்கச்சக்கமாக வெயிட்டிங் லிஸ்டில் இருக்கிறார்கள். வேண்டியது மூளைகள். அது ரஷ்யாவில்தான் மொத்தக் கொள்முதலுக்குக் கிடைக்கும் என்று அவர்கள் நினைத்தார்கள்.

ஏராளமாகச் செலவு செய்து ரஷ்ய விஞ்ஞானிகளையும் அணு சக்தித் துறை அதிகாரிகளையும் ஜப்பானுக்கு வரவழைக்கும் முயற்சிகளைத் தொடங்கினார்கள். மறுபுறம் ஏகே 47 ரகத் துப்பாக்கிகள் மற்றும் எம்.ஐ. 17 ரக ராணுவ ஹெலிகாப்டர்கள் ரஷ்யாவிடமிருந்து தொடர்ந்து வாங்கப்பட்டன. வந்து குவிந்த தளவாடங் களையும் ஹெலிகாப்டர்களையும் குவித்துவைக்க கிராமம் கிராமமாக வளைத்துப்போடும் பணி இன்னொருபுறம் நடந்துகொண்டிருந்தது.

இந்த இடத்தில் உங்களுக்கு ஒரு கேள்வி வரவேண்டும். ஜப்பானிய அரசு இந்த நேரத்தில் கைக்கு மருதாணி வைத்துக்கொண்டு காயும் வரை காத்திருந்ததா?

என்றால், ஆமாம் என்பதுதான் பதில். உண்மை என்னவெனில், ஓம் ஆசிரமத்தில் என்ன நடக்கிறது என்பது குறித்த விவரங்கள் யூகங்களாகவும் வதந்திகளாகவும்தான் அப்போது வெளியே வந்தனவே தவிர, ஆதாரபூர்வமாக இந்த தளவாடங்களை ஒரு போட்டோ எடுத்து யாரும் வெளியே காண்பிக்கவில்லை. ஹெலிகாப்டர்களை பீரோவில் வைத்துப் பூட்டமுடியாது என்பது உண்மைதான். ஆனால் ஷெட்டுகளில் வைத்துப் பூட்டினால் உள்ளே ஹெலிகாப்டர்கள் இருக்கிறதா, எலிகள் இருக்கிறதா என்று யாருக்குத் தெரியும்?

தவிரவும் பாதுகாப்பு ஏற்பாடுகள். ஷோகோ வளைத்துப்போட்ட கிராமப்புறப் பகுதிகள் மிகவும் பின் தங்கிய இடங்கள். மனித நடமாட்டம் அவ்வளவாக இராது.

இத்தனைக்கும் டேலே இருக்கவே இருக்கிறது அந்த டோக்கியோ மெட்ரோபாலிடன் மதச்

சட்டம். யார் என்ன செய்துவிட முடியும்? ஷோகோ பகவான் சௌக்கியமாக ஆயுதங்களை வாங்கிக் குவித்துக்கொண்டிருந்தார்.

1992ம் வருடம் பிறந்ததும் இந்நடவடிக்கைகள் தீவிரமடையத் தொடங்கின. ஓம் ஷின்ரிக்கியோ இயக்கத்தின் 'நிர்வாக அமைச்சர்' என்று அழைக்கப்பட்ட ஹயகாவா (kiyohide Hayakava) என்பவர் பெயரில் ஓர் அறிக்கை வெளியிடப்பட்டது. அறிக்கை என்பது அத்தனை சரியான சொல்லா என்று தெரியவில்லை. ஒரு மாதிரி பிரகடனம் அது. போர்ப் பிரகடனம் என்று சொல்வது இன்னும் சரியாக இருக்கும். ஜப்பானின் அரசியல் அமைப்புச் சட்டம் மற்றும் சிவில் சட்டங்கள் அனைத்தையும் மாற்றவேண்டும் என்றும், ஜப்பான் அரசு மக்களுக்கு எதிரானதாக செயல்படுகிறபடியால் அதனை நீக்கிவிட்டு ஒரு புனிதமான அரசாங்கத்தை அமைக்க வேண்டியது மக்களின் கடமை என்றும் உரக்கச் சொன்ன அறிக்கை அது.

ஜப்பானிய அரசாங்கம் முதல்முறையாக ஓம் ஷின்ரிக்கியோ இயக்கத்தைக் குறித்து கேபினட் கூட்டி விவாதித்த தருணமும் அதுதான்.

ஆனால் அப்போதும் பெரிதாக ஒன்றும் செய்ய முடியவில்லை. ஓம் ஷின்ரிக்கியோதான் இப்போது ஓர் அரசியல் கட்சியும் ஆகிவிட்டதே? அரசியல் அமைப்புச் சட்டத்தில் மாற்றம் கொண்டுவரவேண்டு மென்பதோ, அரசாங்கம் ஒழுங்கில்லை என்பதோ எந்தக் கட்சியும் எப்போதும் சொல்லக்கூடியதுதானே? இதனை தேச விரோதச் செயலாகக் கருதுவது எப்படி?

பக்கா திட்டம் அது. எந்தத் தரப்பிலும் நடவடிக்கை என்று யாரும் இறங்கிவிட முடியாதபடிக்கு

முன்னேற்பாடுகளைச் செய்துகொண்டு களத்தில் குதித்திருந்தார் நமது வெள்ளைத் தக்காளி.

ஆனால் அதிகாரபூர்வமாக ஒன்றும் செய்யமுடிய வில்லையே தவிர, இவர்கள் ஆபத்தானவர்கள் என்பது பெரும்பாலானோருக்குப் புரிந்துவிட்டது. எனவே உளவுத்துறையில் ஒரு தனிப்பிரிவு உருவாக்கப்பட்டு ஓம் இயக்கத்தை கவனி என்று உத்தரவிடப்பட்டது.

எந்த முகூர்த்தத்தில் அதனைச் செய்தார்களோ - அப்போது முதல் ஓம் பல விவகாரங்களில் அடுத்தடுத்து அடிபடத் தொடங்கியது. இயக்கத்தின் எதிர்ப்பாளர்கள் என்று யாராவது குறிப்பிடும்படி தெரிந்தால் உடனே தீர்த்துக் கட்டிவிடுவது என்பதை ஒரு மரபாகவே கடைப்பிடிக்கத் தொடங்கினார்கள். ஒன்றிரண்டு வருடங்களில் கிட்டத்தட்ட நூறு கொலைகளுடன் ஓம் இயக்கம் சம்பந்தப்பட்டிருப்பதாகச் செய்திகள் வந்தன.

இது இமேஜை டேமேஜ் பண்ணாதா என்றால், எந்தக் கொலைக்கும் சரியான ஆதாரங்களை போலீசாரால் காட்டமுடியவில்லை என்பதுதான் பதில். இந்தமாதிரி ஒரு கொலை, அதில் இவர்கள் சம்பந்தப்பட்டிருக்கக்கூடும் என்று நம்பப்படுகிறது என்று செய்தி வரும்.

உடனே ஓம் பப்ளிசிடி கம் நல்லுறவுத் துறை 'அமைச்சக'த்திலிருந்து கண்டனமும் மறுப்பும் வரும். அதுவும் கடவுள் பெயரால் வரும். வழக்கம்போல, நாங்கள் திறந்த புத்தகம், வந்து படித்துப் பார்த்துக் கொள் என்று சொல்லிவிடுவார்கள்.

ஆனாலும் எல்லாவற்றுக்கும் முடிவு என்று ஒன்று வந்தாகவேண்டும் இல்லையா? மூன்று முக்கியமான

வழக்கு விவகாரங்களில் ஓம் பெயர் நாறத் தொடங்கியது.

முதலாவது சோகா ககாய் (*Soka Gakkai International*) என்கிற பவுத்த நிறுவனத்தின் மீது நிகழ்த்தப்பட்ட தாக்குதல்கள் மற்றும் கொலைகள். (மொத்தம் எத்தனை என்று சரியாகத் தெரியவில்லை. எப்படியும் ஒன்பது இருக்கும் என்று பேச்சு. ஆனால் இந்த அமைப்பின் சுப்ரீம் தலைவரைக் கொன்ற வழக்கில் மிகப்பலமாக ஓம் பெயர் அடிபட்டது.)

சோகா ககாய், ஜப்பானில் மிகுந்த செல்வாக்கு பெற்ற ஒரு நிறுவனம் அல்லது அமைப்பு. பவுத்த சங்கம் என்று புரிவதற்குச் சொல்லலாம். நிச்சிரன் புத்திஸம் என்றொரு பவுத்தப் பிரிவைப் பின்பற்றும் சுமார் ஒன்றரைக் கோடி மக்களின் சரணாலயம். *1930லிருந்து* செயல்பட்டு வரும் அமைப்பு.

இந்த அமைப்பினர் ஓம் ஷின்ரிக்கியோ தொடங்கப் பட்டதிலிருந்தே, மவனே இவனை நம்பாதே, ஃப்ராடு என்று சொல்லிக் கொண்டிருந்தார்கள். பவுத்தத்தையும் ஹிந்து மதத்தையும் காக்டெயில் செய்வதென்பது எப்படி சாத்தியமே இல்லாத ஒன்று, இது எப்பேர்ப்பட்ட டுபாகூர் என்று வாரம் தவறாமல் தங்கள் வெளியீடுகளில் எழுதிக்கொண்டே இருப்பார்கள். ஷோகோ என்கிற தனி நபர் ஒரு ஏமாற்றுப் பேர்வழி, அவரை நம்பி பவுத்தர்கள் மோசம் போகவேண்டாம் என்பதுதான் இறுதி வேண்டுகோளாக இருக்கும்.

இந்த எழுத்துப் பிரசாரம் மிகவும் தீவிரமடைந்தபோது, திடீர் திடீரென்று சோகா ககாய் பெருந்தலைகளில் சிலர் இறந்துபோனார்கள். யாருடைய மரணமும் இயற்கையானதாக இல்லை என்பதுதான் விஷயம்.

ஒருவர் விஷப்பாம்பு கடித்து இறந்தார். இன்னொருவர் ஆக்சிடெண்டில் இறந்தார். வேறொருவர் அடையாளம் தெரியாதவர்களால் சுடப்பட்டு இறந்திருந்தார். மற்றொருவர் என்னத்தையோ கண்ட கரியமில வாயுவை சுவாசித்து செத்துப் போனார்.

என்றால் எப்படி எடுத்துக்கொள்வது? முதல் சந்தேகம் ஓம் இயக்கத்தவர்கள் மீதுதான் வந்தது. ஏனெனில் சோகா ககாய்க்கு எதிரிகள் என்று உலகில் வேறு யாரும் கிடையாது. மிகப்பெரிய அமைப்பு என்பதால் தனிப்பட்ட வழக்கறிஞர் பிரிவு வைத்திருந்தார்கள். எனவே ஒவ்வொரு மரணத்தையும் தீவிரமாகப் புலன் விசாரணை செய்ய அவர்கள் காவல் துறையையும் அரசையும் வற்புறுத்தினார்கள். எங்கு சுற்றினாலும் சந்தேகத்தின் இறுதி அத்தியாயம் ஓம் மீதே வந்து நின்றது.

இரண்டாவது முக்கியமான வழக்கு, யோஷுநோரி கொபாயாஷி (Yoshinori Kobayashi) என்கிற மிகப் பிரபலமான ஜப்பானிய எழுத்தாளரைக் கொல்ல முயன்றது தொடர்பானது. ஆத்தா சத்தியமாக இந்தக் கொலை முயற்சியை ஷோகோவின் தொண்டரடிப் பொடியினர்தான் செய்திருப்பார்கள் என்று தொண்ணூறு சதவீத ஜப்பானியர்கள் நம்பினார்கள்.

யோஷுநோரி அந்த ஊரில் பெரிய ஆள். கொஞ்சம் கன்சர்வேடிவ் ஆசாமி என்றாலும் ரகளையாக நிறைய புத்தகங்கள் எழுதியவர். பெரும்பாலும் அரசியல் நூல்கள். தமது சில புத்தகங்களை அவர் காமிக்ஸ் வடிவிலும் கொண்டுவந்திருக்கிறார். அதில் மிக முக்கியமான ஒரு புத்தகம், 'ஜப்பானுக்கு அமெரிக்காவாலும் ஓம் ஷின்ரிக்கியோவாலும் உண்டாகக் கூடிய ஆபத்து' என்பது.

அதுதான் பிரச்னைக்குக் காரணம்.

அமெரிக்காவின் அடாவடித்தனத்தையும் ஷோகோ அசஹாராவின் கித்தாப்புகளையும் ஒரு நேர்க்கோட்டில் வைத்து எழுதப்பட்ட அந்தப் புத்தகம் ஜப்பானில் நிறைய விற்றது. ஒன்றிரண்டு மொழிகளில் டிரான்ஸ்லேட் செய்து அக்கம்பக்கத்து தேசங்களுக்கும் அனுப்பப்பட்டு நன்றாகவே போனது.

இதில் மிகவும் கடுப்பான ஓம் ஷின்ரிக்கியோ தொண்டர்களில் சிலர் தமது வழக்கமான விஷவாயுத் தாக்குதல் பாணியை அவர் மீதும் நிகழ்த்திவிட முடிவு செய்து, மேலிடத்து அனுமதியெல்லாம் வாங்கி விட்டார்கள்.

ஆனால் குறி தவறிவிட்டது. எழுத்தாளர் தப்பித்துவிட்டார். மாட்டிக்கொண்டுவிடக்கூடாதே என்பதற்காக தாக்கவந்தவர்களும் உடனடியாக ஓடிவிட்டபடியால் யாரும் சிக்கவில்லை.

ஆனால் எழுத்தாளர் சும்மா விடுவாரா? அவருக்குத் தெரியாதா வந்தவர்கள் யார் என்று? உடனே பத்திரிகைகளுக்கு செய்தி தரப்பட்டது. அவரே சில கட்டுரைகளும் எழுதினார். இன்று நான் நாளை நீ என்று அவற்றில் முழங்கினார். ஓம் இயக்கத்தை ஒழித்துக்கட்டவேண்டியதன் அவசியம் பற்றி ஊரெல்லாம் போய்ப் பேசினார். இந்த விவகாரத்தில் ஷோகோவின் பெயர் மிகவும் ரிப்பேர் ஆனது.

மூன்றாவது வழக்கு, *The Institute for Research in Human Happiness* என்கிற அமைப்பைச் சேர்ந்த ஒருவரைக் கொலை செய்தது. கொபுகு - நோ - ககாகு என்கிற ஜப்பானியப் பெயர் கொண்ட இந்த அமைப்பும் ஒரு

பவுத்த நிறுவனம். இதற்கும் பல ஆயிரக்கணக்கான பின்பற்றுவோர் உண்டு. இவர்களும் ஓம் ஷின்ரிக்கியோவை எதிர்த்துக்கொண்டிருந்தார்கள்.

போடு ஒரு தலையை!

விஷயம் விவகாரமாகிவிட்டது. மேற்படி மூன்று சம்பவங்களுமே கிட்டத்தட்ட சமகாலத்தில் நடந்தது, மூன்று தரப்புமே ஓம் ஷின்ரிக்கியோவைக் கடுமையாக எதிர்த்துக்கொண்டிருந்தது, மூவரையுமே ஓம் இயக்கத்தினர் குறிபார்த்துக்கொண்டிருந்தது அனைத்தையும் சேர்த்துப் பார்த்தால் ஒரு விடை கிடைப்பதா பெரிய விஷயம்?

ஜப்பான் முழுவதும் ஓமுக்கான எதிர்ப்பு அலைகள் கணிசமாக எழுந்தன. சரி, போதும் இன்னும் கோலியாடிக்கொண்டிருக்க வேண்டாம் என்று ஷோகோ அசஹாரா முடிவு செய்தார்.

உடனடியாக அணு ஆயுதங்களைத் தயாரிக்கும் பணிகளை ஆரம்பியுங்கள் என்று உத்தரவிட்டார். கூடவே, ரசாயன - உயிரியல் ஆயுதங்கள் தயாரிப்புப் பணியும் மும்முரமாயின.

எல்லாம் சரி. இதையெல்லாம் பரீட்சித்துப் பார்க்க வேண்டாமா? யுத்தத்துக்கு முன்னால் ஒரு நெட் ப்ராக்டிஸ் கூட இல்லாவிட்டால் எப்படி? ஒன்றிரண்டு சில்லறை முயற்சிகளை எப்படிப் பரீட்சையாக எடுத்துக்கொள்ள முடியும்?

ஆகவே அவர்கள் முடிவு செய்தார்கள். பெரிய அளவில் ஒரு காரியம். பெரிய காரியம். அதுதான் தொடக்கம். அதன்பின் இடைவெளி கூடாது. சம்ஹார காண்டம் ஆரம்பித்துவிட வேண்டும். ஜப்பானில்

ஓம் இயக்கத்தவர்களை, அதன் ஆதரவாளர்களைத் தவிர யாரும் இருக்கக்கூடாது. ஷோகோவைத் தவிர இன்னொரு தலைவர் கூடாது. அவர்தான் மகான். அவர்தான் மன்னர். அவர்தான் கடவுள். அவர் வைத்ததுதான் சட்டம்.

ஜப்பானை ஆளத்தொடங்கியபிறகு அடுத்த அடி, அந்தப் பக்கம் இருக்கிற அமெரிக்காவுக்குக் கொடுக்கலாம் என்று முடிவு செய்யப்பட்டது.

ஆரம்பித்தார்கள்.

8

உயிரே, உயிரே, உடனே போ.

புரட்சி, யுத்தம் என்று ஆரம்பித்துவிட்ட பிறகு அமெரிக்காவுக்கு சவால் விடாமல் என்ன பெரிய புடலங்காய்? உண்மையில் ஜப்பான் முதலில், அமெரிக்கா அடுத்தது என்பதுதான் அசஹாராவின் செயல்திட்டம். ஆனால் நேரடியாக ஜப்பானிய இலக்குகளை முதலில் தாக்குவதன்மூலம் அரசாங்கம் ஓம் இயக்கத்தின் வாலை ஒட்ட நறுக்கிவிட்டால் கனவு மெய்ப்படாமல் போய்விடுமோ என்று கூட்டத்தில் சிலபேர் சந்தேகப்பட்டார்கள். கூட்டம் என்றால் ஷோகோவின் சிஷ்யகோடிகள்.

ஏற்கெனவே இயக்கத்தின்மீது அரசாங்கத்துக்கு ஒரு கண் இருக்கிறது. என்னமோ ஒரு மரியாதை அல்லது அச்சம் தடுப்பதன் காரணத்தால்தான் இத்தனை காலம் பேசாமல் இருக்கிறார்கள். இப்போது தாக்குதல் என்று தொடங்கி இசுகுபிசகாக எங்காவது மாட்டிக்கொண்டுவிட்டால் பிரச்னை அல்லவா?

73

அதனால் சிம்பிளாக, ஜப்பானிலேயே உள்ள சில அமெரிக்க இலக்குகளை முதலில் தாக்கலாம் என்று முடிவு செய்தார்கள்.

இதற்கு வாகாக, ஜப்பான் மீது அமெரிக்க உளவுத் துறையான சி.ஐ.ஏ. விஷவாயுத் தாக்குதலுக்கு ஏற்பாடு செய்துகொண்டிருக்கிறது என்றொரு புரளியை ஓம் இயக்கத்தவர்களே கிளப்பி விட்டார்கள்.

'அன்றைக்கு அணுகுண்டு போட்டவர்கள் இன்றைக்கு விஷவாயு பரப்பி நம்மைக் கூண்டோடு கைலாசம் அனுப்ப முடிவு செய்துவிட்டார்கள். ஆனால் அவர்களுக்குத் தெரியாது. அழிவை உத்தேசிக் கிறவர்கள், அழிவுக்கடவுளின் பிரதிநிதியான நான் இங்கே இருக்கிறேன் என்பதை மறந்துவிட்டார்கள்! நான் இருக்கும்வரை அவர்களால் ஒன்றும் செய்ய முடியாது!' என்று ஷோகோ பப்ளிக்காக ஒரு பிரசங்கம் செய்தார்.

இதென்னடா வம்பாப் போச்சே, நமது உளவுத்துறை அதிகாரிகள் சி.ஐ.ஏ.வின் விஷவாயு ப்ராஜக்ட் குறித்து ஒன்றும் சொல்லவில்லையே, இவர் என்னடா வென்றால் விஷவாயு சப்ளை செய்த ஏஜெண்ட் மாதிரி என்ன வாயு, எத்தனை டன் என்றெல்லாம் கணக்கு சொல்கிறாரே என்று ஜப்பானிய அரசு சிண்டைப் பியித்துக்கொண்டது.

நாட்டில் என்ன நடக்கிறது, என்ன நடக்கப்போகிறது என்று ஒரு மாதிரி குத்து மதிப்பாகப் புரிந்துகொண்டு அரசாங்கம் நடவடிக்கை எடுக்க ஆரம்பிக்க உத்தேசித்திருந்த சமயம் அது. ஷோகோ அசஹாரா மிகுந்த குயுக்தியுடன் ஒரு காரியம் செய்தார்.

தமது 'ராணுவத்திலிருந்து' மிகச் சிறந்த கமாண்டர் களையும் சிப்பாய்களையும் மட்டும் தனியே

பொறுக்கியெடுத்து, ஒரு நாள் ராவோடு ராவாகத் தனி ஹெலிகாப்டர்கள் இரண்டில் ரஷ்யாவுக்கு அனுப்பிவிட்டார். பாதுகாப்புக்குப் பாதுகாப்பாச்சு; அங்கே போய் பயிற்சிக்குப் பயிற்சியாச்சு.

ரஷ்யா அவருடைய இரண்டாவது ஆத்தாவூடு அல்லவா? ஏற்கெனவே நாம் சந்தித்துவிட்ட ரஷ்ய பாதுகாப்புத்துறை அமைச்சர் கிரசேவ், உங்களுக்கு என்ன வேண்டும் சொல்லுங்கள், என் உயிரைக்கொடுத்தாவது செய்கிறேன் என்று முன்னதாக வாக்குறுதி அளித்திருந்தார். ஐயோ பாவம், அவருக்கு அமைச்சர் பதவி கொடுத்து கௌரவமான ஒரு வாழ்க்கையைக் கொடுத்து உட்காரவைத்திருந்த அதிபர் போரிஸ் யெல்ஸ்தினுக்குக்கூட அப்படியொரு வாக்களித்திருப்பாரோ என்னமோ?

ஷோகோவின் படையினர் ஓரிரவில் ரஷ்யாவுக்குப் போய்ச் சேர்ந்து மாஸ்கோவின் புறநகர்ப் பகுதி ஒன்றில் இறங்கி, தக்க பாதுகாப்புடன் ராணுவ முகாம் ஒன்றுக்கு அழைத்துச் செல்லப்பட்டனர்.

கதை எப்படிப் போகிறது பார்த்தீர்களா?

ரஷ்ய ராணுவத்தில் ஷோகோவின் படையினருக்குப் பயிற்சி மற்றும் பாதுகாப்பு!

ஜப்பானிய அரசு ஏதாவது நடவடிக்கை எடுத்தால் தனது முக்கியப்படை தப்பித்திருக்கவேண்டும் என்பதுதான் ஷோகோ அவர்களை ரஷ்யாவுக்கு அனுப்பியதன் அடிப்படைக் காரணம். ஆனால் அதனை ரஷ்ய நண்பர்களிடம் சொல்லிக் கொண்டிருக்கமுடியாது. எனவே, பயிற்சிக்கு அனுப்பு வதாகச் சொல்லி அனுப்பிவைத்திருந்தார்.

ரஷ்யாவில் டாமன் (Taman), கண்டேமிராவ் (Kantemirov) என்கிற இரண்டு ராணுவ முகாம்களுக்கு அவர்களைப் பிரித்து அனுப்பி ஒரு வாரகாலம் தங்கி பயிற்சி மேற்கொள்ள அமைச்சர் பெருந்தகை தக்க ஏற்பாடுகள் செய்தார். இந்தப் பயிற்சியில் முதன்மையான விஷயம், அதி நவீன ஆயுதங்களை எப்படிக் கையாள்வது என்பது குறித்து நடத்தப்பட்ட பாடங்கள்.

தொலைதூரம் சென்று தாக்கக்கூடிய ராக்கெட்டுகளை ஏவுவது பற்றியும் விமான எதிர்ப்பு பீரங்கிகளை இயக்குவது குறித்தும் முக்கியமாகச் சொல்லிக் கொடுக்கப்பட்டிருக்கிறது. கூடவே எதிரி ரேடியோ அலைவரிசைகளை இடைமறித்து, ஒட்டுக்கேட்கவும் பயிற்சிகள் தரப்பட்டிருக்கின்றன. (பின்னால் விசாரணையின்போது தெரியவந்தவை இவை.)

இவற்றையெல்லாம் விடவும் விவகாரமான ஒரு காரியம் அரங்கேறியது. முற்றிலும் மூடி மறைக்கப்படப் பார்த்த இந்த விஷயம் வெளியே வந்தது மிகப்பெரிய ஆச்சர்யம். மிகச் சமீபத்தில் மித்ரோகின் என்கிற முன்னாள் உளவுத்துறை ஆபீசர் ஒருவர் ரஷ்ய உளவுத்துறையின் ரகசியங்கள் குறித்து இரண்டு குண்டு வால்யூம் புத்தகங்களை வெளியிட்டு ஊரைக் கலக்கினாரேநினைவிருக்கிறதா? மித்ரோகின் ஆர்க்கைவ் என்கிற பெயரில் வெளிவந்த நூல்கள் அவை. தலைக்கு வைத்துக்கொண்டு படுத்தால் நன்றாகத் தூக்கம் வரும். படித்துப் பார்த்தால் தூக்கம் கெடும்.

அந்த உளவு ரகசிய நூலில் இந்த விவகாரம் குறிப்பிடப் பட்டிருக்கிறது!

என்ன விஷயமென்றால், ஒரு சுப முகூர்த்த நாள் பார்த்து, நட்ட நடுராத்திரி வேளையில் ரஷ்யாவின் ப்ராசிக்கியுட்டர் ஜெனரல் அலுவலகத்தில் ஓர் ஆசாமி கதவைத் திறந்து உள்ளே புகுந்துவிட்டான். கதவைத் திறந்தால் காற்று மட்டுமா வரும்? கள்ளனும் வருவான். அதுவும் கடவுள் அனுப்பிவைத்த கள்ளன். நாம் ஒப்புக்கொள்ளாவிட்டால் என்ன? அவனுக்கு ஷோகோ அசஹாராதான் கடவுள். அந்த பாழாய்ப்போன பாதுகாப்புத் துறை அமைச்சர் கிரசேவ்தான் கடவுளின் ஏஜெண்ட்.

பிராசிக்கியுட்டர் ஜெனரல் அலுவலகத்தில் அவனுக்கு என்ன வேலை?

இருந்தது. அங்கேதான் ரஷ்யாவின் உயிரியல் மற்றும் ரசாயன ஆயுதங்கள் பற்றிய முக்கிய ஆவணங்கள் அனைத்தும் இருந்தன. என்னென்ன ஆயுதங்கள், ஒவ்வொன்றுக்கும் வீரியம் என்ன, கலவை சமன்பாடுகள் என்னென்ன, எத்தனை பேரைக் கொல்ல என்னமாதிரி ஆயுதம் வேண்டும், அதற்கான மூலப்பொருள்கள், அவை எங்கே கிடைக்கும், அல்லது எப்படித் தயாரிக்கலாம் என்பது போன்ற அதி முக்கிய விவரங்கள் அடங்கிய ஆவணங்கள் அவை.

மகனே மசால்வடை, எனக்கு அந்த ஃபைலின் காப்பி ஒன்று வேண்டும். ஜெராக்ஸ் எடுத்து அனுப்பிவைத்து விடு என்று ஷோகோபகவான் கிரசேவிடம் கேட்டார்.

ஓ, அதற்கென்ன, செய்துவிட்டால் போகிறது என்று பயிற்சிக்கு வந்த பாதகர்களில் ஒருவனைக் கூப்பிட்டு பிராசிக்கியூட்டர் ஜெனரல் ஆபீசின் கதவுகளை அந்த நட்ட நடு ராத்திரி வேளையில் திறந்துவிட்டு உள்ளே அனுப்பிவிட்டார். இந்தச் செயலுக்கு அவருக்கு உதவிகரமாக இருந்தவர், போரிஸ் யெல்த்ஸினின்

பாதுகாப்பு கவுன்சிலில் உறுப்பினராக இருந்த ஒலேக் லெபோவ் (Oleg Lebov) என்பவர்.

இந்தச் சம்பவம் நமக்கு இரண்டு விஷயங்களைப் புரிய வைக்கும். முதலாவது, ரஷ்யாவில் ஷோகோவுக்கு இருந்த செல்வாக்கு எப்படிப்பட்டது என்பது. இரண்டாவது கம்யூனிசம் கடைத்தேற்றப்பட்ட பிறகு ரஷ்யா எந்தமாதிரி ஆகிப்போனது என்பது.

அந்த ரகசிய ஆவணம் கைக்குக் கிடைத்ததும் ஷோகோ தமது பணிகளை மேலும் துரிதப்படுத்திவிட்டார்.

ஜப்பானில் அவரது ஆய்வுக்கூடங்களில் பணியாற்றிக் கொண்டிருந்த விஞ்ஞானிகளுக்கு அந்த ரஷ்ய ஃபார்முலாக்கள் அளிக்கப்பட்டன. அதன் அடிப்படையில் கொத்துக்கொலை ஆயுதங்களைத் (Weapons of Mass Destruction என்று ஆங்கிலத்தில் சொல்லுவார்கள்.) தயாரிக்க உத்தரவிடப்பட்டது.

இந்த இடத்தில் ஓர் இடைசெருகல் அவசியம். ஓம் ஷின்ரிக்கியோ இயக்கம் குறித்து நாம் பேசத் தொடங்கிய முதல் நாளிலிருந்தே இந்த ரசாயன - உயிரியல் ஆயுதங்கள் குறித்து அடிக்கடி கேள்விப்பட்டுக் கொண்டிருக்கிறோம். அப்படி என்றால் என்ன? ரசாயன ஆயுதம் என்றால் ஆசிட் வீசுவதா? உயிரியல் ஆயுதம் என்றால் யூரியாவைக் கொண்டு பாம் தயாரிப்பதா?

ம்ஹூம். அது ஒரு பெரிய கடல் அல்லது சாக்கடை. கொத்துக்கொத்தாக மக்களை எப்படி அழிக்கலாம் என்று கலைஞர்கள் உட்கார்ந்து தாடியைத் தடவியபடி யோசித்து யோசித்துத் தயாரித்தவை. எல்லாம் இரண்டாம் உலகப்போர் காலத்துக்குச் சற்று முந்தைய சரக்கு. 1937லிருந்து தயாரானவை.

உயிரியல் ஆயுதங்களைப் பொறுத்தவரை, முதல் முதலில் அதன் சாத்தியக்கூறுகள் குறித்து யோசித்ததும், தயாரித்துப் பார்த்ததும், பரீட்சித்துப் பார்த்ததும் ஜப்பான் தான். அது கொல்லும் என்று தெரிந்தது. ஆனால் எத்தனை தீவிரமாகக் கொல்லும் என்று பரீட்சித்துப் பார்க்க அப்போது அவர்களுக்குத் தெரியவில்லை.

ரசாயன ஆயுதங்களை அப்போது சோவியத் ரஷ்யா தயாரித்துக்கொண்டிருந்தது. எல்லோருக்குமே அணு ஆயுதத் தயாரிப்பு என்கிற கனவு இருந்தது உண்மை. ஆனால் அதன் சாத்தியங்கள் அத்தனை எளிதில் அணுகக்கூடியதாக அப்போது இல்லாதபடியால் ரசாயன, உயிரியல் ஆயுதங்களைத் தயாரித்து வைத்துக்கொள்வதன் மூலம் அணு ஆயுதங்களுக்கு மாற்றாகப் பயன்படுத்தலாம் என்று நினைத்தார்கள்.

வெளியே தெரிந்தது கொஞ்சம். தெரியாமல் பல்வேறு தேசங்கள் இந்தத் திருப்பணியில் அதே காலகட்டத்தில் இறங்கியிருந்த விஷயம், இரண்டாம் உலக யுத்தம் உச்சக்கட்டத்துக்குப் போனபோதுதான் தெரியவந்தன. பின்னால் அதிசமத்து அமெரிக்கா முதல் அன்னைத் தாயக பாரதம் வரை பல தேசங்கள் இத்தகைய ஆயுதங்களைப் பயன்படுத்துவதில் சில கட்டுப்பாடுகளுக்கு உடன்பட்டு கையெழுத்தெல் லாம் போட்டுக்கொடுத்து நல்ல பிள்ளை இமேஜ் வளர்த்துக்கொண்டன

45ல் ஜப்பானில் முதல் அமெரிக்க அணு குண்டு விழுந்தபிறகு இந்த ரசாயன, உயிரி ஆயுதங்களுக்கான மவுசு குறையத் தொடங்கிவிட்டது. இன்றைய இரான், வடகொரிய முயற்சிகள் வரைக்கும் உலக நாடுகள் அனைத்தும் ராப்பகலாகக் கண் விழித்து ஒரே ஒரு

அணுகுண்டாவது செய்துவிடமாட்டோமா என்று உழைத்துக்கொண்டிருக்கிற நிலையில் இத்தகைய ர-உ ஆயுதங்கள் போராளி இயக்கங்களுக்கும் தீவிரவாத இயக்கங்களுக்கும் வளராத நாடுகளின் அரசுகளுக்கும் பெரும் மானசீக பலத்தை அளித்துக் கொண்டிருக்கின்றன.

அதற்காக, ஏழைகளின் அணுகுண்டு என்றெல்லாம் வருணித்துவிட முடியாது. இதுவும் விவகாரமானதுதான். கடும் செலவு பிடிக்கக்கூடியது தான். ஆபத்தானதும்கூட ஆனால் அணு ஆயுதங்க ளோடு ஒப்பிடுகையில் தயாரிப்பது சுலபம். கள்ள மார்க்கெட் ஆசாமிகளே கதவைச் சாத்திவிட்டு உள்ளே சாராயம் காச்சுவது மாதிரி தயாரித்துக் கொடுத்துவிடுவார்கள்.

ஆப்கனில் தாலிபன்கள் இருந்தபோது இத்தகைய ரசாயன ஆயுதங்கள் கணிசமாகத் தயாரிக்கப்பட்டிருக் கின்றன. இராக்கில் தானைத்தலைவர் சதாம் செய்தி ருக்கிறார். இரான் - இராக் யுத்த காலத்தில் இரான் இந்த ரக ஆயுதங்களைப் பயன்படுத்தியிருக்கிறது. இன்றைக்கும் பல ஆப்பிரிக்க தேசங்களில் சர்வசாதாரணமாக உயிரியல் ஆயுதங்கள் பயன் படுத்தப்படுகின்றன.

அப்படி என்ன இருக்கிறது இதில்?

இது மிக முக்கியமான விஷயம். எல்லாமே உயிரைக் குடிக்கக் கூடியவையா என்றால் இல்லை. சிலவகை ஆயுதங்கள் கொல்லும். சில உடனே கொல்லும். சில, கொஞ்சம் பொறுத்துக் கொல்லும்.

வேறு சிலவகை ஆயுதங்கள் இருக்கின்றன. கண் பார்வையை அறவே எடுத்துவிடும். இன்னும் சில

உடம்பெல்லாம் அழுகி ஒழுகச் செய்துவிடும். சில ஆயுதங்கள் நரம்பு மண்டலத்தைத் தாக்கி, அப்படியே சிலை மாதிரி வாழ்நாள் முழுதும் உட்காரச் செய்துவிடும். இன்னும் சில, எலும்பை உருக்கி, உங்களை ஒரு ஈர்க்குச்சி மாதிரி ஆக்கிவிடும்.

கொத்தாக ஒரு தெருவை அல்லது ஊரை அல்லது டவுனை அல்லது நகரை அல்லது மாநிலத்து மக்களை காலி பண்ணவேண்டுமென்றால் இதுதான் வழி:

ரசாயன அல்லது உயிரியல் ஆயுதங்களை எடுத்துக்கொள்ள வேண்டியது. (பெரும்பாலும் இவை திரவ அல்லது வாயு நிலையிலேயே இருக்கும். அதற்கேற்ற துப்பாக்கி அல்லது குழலைக்கொண்டு காற்றில் செலுத்த வேண்டியதுதான்.) ஒரு ஹெலிகாப்டரைப் பிடித்துப் பறந்தவண்ணம் ஊரெல்லாம் பீய்ச்சி அடித்துவிட்டால் போதுமானது. கூட்டத்தோடு கைலாயம் உறுதி.

இந்தளவில் அறிமுகத்தை நிறுத்திக்கொண்டு, ஓம் ஷின்ரிக்கியோ எம்மாதிரியான ரசாயன - உயிரியல் ஆயுதங்களைத் தயாரித்தது என்று பார்க்கலாம்.

9

ஷெரீன் இல்லை, செரீன்

அமினோ ஹைட்ராக்சி ப்ரொப்பானிக் ஆசிட் என்றாலும் நமக்குப் புரியாது. $HO2CCH(NH2)CH2OH$ என்று கெமிக்கல் ஃபார்முலாவாகப் போட்டாலும் புரியாது. அட, செரீன் என்று சுருக்கமாக, செல்லமாகக் கூப்பிட்டால் மட்டும் புரிந்துவிடப் போகிறதா என்ன?

விஷ வாயு. போதும். விலங்குப் புரதத்திலிருந்து எடுக்கப்படும் இருபது வகையான அமினோ அமிலங்களில் இது ஒன்று. திரவ நிலையிலும் வைக்கலாம். வாயு நிலையிலும் வைக்கலாம். எப்படி வைத்தாலும், எப்படிப் பயன்படுத்தினாலும் ஆபத்துதான் என்பதில் எவ்வித மாற்றுக்கருத்தும் கிடையாது.

ஆந்திராக்ஸ். இதை அடிக்கடி கேள்விப்பட்டி ருப்பீர்கள். உயிரியல் ஆயுதம் என்று பக்கத்தில் பிராக்கெட்டில் போடுவார்கள். ஆனால் என்னது இது? பாக்டீரியாவா? வைரஸா? அமீபாவா? ஆக்டோபஸா?

உயிரியல் ஆயுதங்கள் பலவகைப்படும். தேவைக் கேற்ப, வசதிக்கேற்ப, தயாரிப்பவர்களின் புத்திசாலித் தனத்துக்கேற்ப அவை அமையும். ரொம்ப முக்கியம், இவற்றைத் தயாரிக்கப் பொறுமை அவசியம். மிக மிக அவசியம்.

ஒரு பாக்டீரியா, அல்லது வைரஸை ஆய்வுச்சாலையில் வைத்து, பெத்த குழந்தை மாதிரி அதனை வளர்த்து, பல்கிப் பெருகச் செய்து, வீரியம் ஏற்றி, பாதுகாப்பாகக் குழல்களில் அடைத்துவைப்பதென்பது லேசுப்பட்ட காரியமில்லை.

முதலில் என்ன பாக்டீரியா / வைரஸ் என்று தேர்ந்தெடுத்து, அதனை உற்பத்தி செய்யவேண்டும். அதன்பிறகு அதன் தன்மைகளை அறிந்து, எப்படிப் பெருகச் செய்வது என்று ஆய்வு செய்து, அப்படியே பெருக்கவேண்டும்.

இடையில் சில இறந்துபோகலாம். அழுகிப் போகலாம். வீணாகலாம். அவற்றை கவனமாகக் கண்டுபிடித்து, அடுத்ததை பாதிக்காமல் அகற்ற வேண்டும். இருபத்தி நாலு மணிநேரமும் மைக்ராஸ்கோப்பிலேயே கண்ணை வைத்துக் கொண்டிருக்கவேண்டும். நன்கு தயாராகி, பீம புஷ்டியுடன் அது சாப்பிட எதனா குடு என்று கேட்கிற தருணத்தில் பத்திரமாக எடுத்து உரிய குழல்களில் அடைக்க வேண்டும்.

நாலு வரியில் இப்படிச் சொல்லிவிடலாம். ஆனால் செய்து முடிப்பது லேசுப்பட்ட காரியமில்லை. கொஞ்சம் அசந்து மறந்து தூங்கிவிட்டாலும் வளர்த்த அப்பன் என்று பாராமல் விஞ்ஞானிகளையே கொன்றுவிடும். அப்படி இறந்தவர்களும் உண்டு.

ஷோகோ அசஹாரா தனது ஆய்வகங்களில் தயாரித்த வேதி - உயிரி ஆயுதங்களில் மேற்சொன்ன செரீன், மற்றும் ஆந்திராக்ஸ் இரண்டும் மிக முக்கியமானவை. மிக நிறைய அளவில் இவை தயாரிக்கப்பட்டன. இவை தவிரவும் வேறு பல ரசாயன ஆயுதங்கள் அங்கே உற்பத்தி செய்யப்பட்டன. பத்தாத குறைக்கு எதற்கும் இருக்கட்டும் என்று ரஷ்யாவிடமிருந்து வாங்கிக் குவித்துவைத்திருந்த ரெகுலர் ஆயுதங்களும் காயலான் கடைத் தகரக் குப்பை மாதிரி குவிந்து கிடக்கிறது. இதற்குமேல் என்ன? ஆரம்பித்துவிடலாம் என்று தோன்றியது ஷோகோவுக்கு.

ஒரு நல்ல நாள் பார்த்து, தனது படையினரை அழைத்து ஒன்பது இடங்களை முதல் கட்டமாகத் தாக்குவதற்கு உத்தரவு கொடுத்தார். அவற்றில் முக்கியமானவை - முன்பே சொன்னதுபோல - இரண்டு அமெரிக்க இலக்குகள். யோகோசுகா மற்றும் யோகஹாமா துறைமுகங்களில் இருந்த அமெரிக்கக் கப்பற்படை கப்பல்கள். மூன்றாவது, அதிமுக்கியமான ஜப்பானிய மன்னரின் அரண்மனை. நான்காவது, நாடாளுமன்றக் கட்டடம்.

ஏப்ரல் 1990ல் அது ஆரம்பித்தது. மூன்று டிரக் வாகனங்களை எடுத்துக்கொண்டார்கள். ஒவ்வொரு வாகனத்திலும் குறைந்தது ஐம்பது அடிப்பொடிகள். தவிரவும் ஒவ்வொருவர் கையிலும் அதிபயங்கர உயிரியல் ஆயுதங்கள். போட்டுலினம் (Botulinum toxin) என்கிற ஸ்பிரேதான் பிரதானம். கொசு மருந்து அடிப்பது மாதிரி அடித்துக்கொண்டே போய்விட்டால் போதும். சிக்கிய அத்தனை பேருக்கும் சிவலோகப் பிராப்தி ரஸ்து.

இரண்டு டிரக்குகள் டோக்கியோ நகரின் முக்கிய வீதிகள் வழியே சென்றன. மூன்றாவது டிரக்,

அமெரிக்கக் கடற்படைத் தளத்தைக் குறிவைத்துச் சென்றது. ஒரு மணிநேரம் சுற்றி திட்டமிட்ட இலக்குகளில் ஸ்பிரே அடித்துவிட்டுத் திரும்பியும் விட்டார்கள்.

ஆனால் எங்கே என்ன கோளாறு? டோக்கியோ நகரத்தில் ஒரு கரப்பான் பூச்சியைக் கூட அந்த ஸ்பிரே கொல்லவில்லையே?

வெலவெலத்துப் போய்விட்டார் ஷோகோ. என்ன ஆயிற்று, என்ன ஆயிற்று என்று தன் விஞ்ஞானிகளைப் பிடித்து உலுக்கி எடுத்துவிட்டார்.

துரதிருஷ்டவசமாக அல்லது அதிர்ஷ்டவசமாக அந்த முறை, குழாயில் அடைப்பதற்குச் சற்றுமுன் அத்தனை உயிரிகளும் இறந்துவிட்டிருந்தன என்பதுதான் காரணம்! விஞ்ஞானிகள் சதி ஏதும் செய்யவில்லை. கொஞ்சம் அசந்துவிட்டார்கள், அவ்வளவுதான்.

பெரிய கலாட்டா ஆகும், யுத்தத்தின் தோற்றுவாயாக இருக்கும், ராணுவம் ஆசிரமத்துக்கு வந்தால் முதல் கட்ட, இரண்டாம் கட்ட, மூன்றாம் கட்டத் தாக்குதல் வியூகங்கள் எப்படி இருக்கவேண்டும் என்றெல்லாம் ப்ளான் போட்டுக்கொடுத்து, ஆங்காங்கே குண்டர்களையும் ஆயுதங்களுடன் நிறுத்தி, பக்கா ஏற்பாடுகள் செய்துவிட்டுக் காத்திருந்த ஷோகோ வெறுத்துப் போனார். கோபத்தில் அந்தத் தக்காளி தையா தக்காவென்று குதித்தது.

ஓம் சாந்தி. ஓம் சாந்தி. ஓம் சாந்தி. ஒருமுறை தோற்றால் என்ன? இன்னொரு முயற்சியில் சம்ஹார காண்டத்தை அரங்கேற்றிவிட்டால் போயிற்று என்று நம்பிக்கை சொன்னார்கள் விஞ்ஞானிகள். ஷோகோவுக்குத் திருப்தியில்லை. தனது ஆய்வுக்கூடத்துச் சரக்குகள்

அதிசுத்தமாக இருந்தாலொழிய அடுத்த தாக்குதலைத் தொடங்குவதில்லை என்று முடிவு செய்தார்.

உடனடியாக ரஷ்யாவிலிருந்து இன்னொரு செட் மூத்த விஞ்ஞானிகள் வரவழைக்கப்பட்டார்கள். அங்கே அவர்கள் என்ன சம்பளம் வாங்கிக்கொண்டி ருந்தார்களோ, அதுமாதிரி பத்து மடங்கு சம்பளம் பேசப்பட்டது. கேட்ட வசதிகளெல்லாம் செய்து கொடுக்கப்பட்டது. எத்தனை காலமானாலும் சரி. வெளியே வரும் சரக்கு படு வீரியமாக இருக்க வேண்டும் என்பதை மட்டும் நிபந்தனையாக விதித்தார்கள்.

அது ஆச்சு ஒரு மூன்று வருடகாலம். ஷோகோவின் அடுத்த தாக்குதல் ஜூலை 1993ல் அரங்கேற்றப் பட்டது. ஆனால் அதுவும் கோவிந்தா. இம்முறை ஆந்திராக்ஸ் உபயோகித்தார்கள். அதே ஸ்பிரே மெத்தட் தான். ஆனால் இம்முறையும் பாதிப்பு ஏதும் ஏற்படவில்லை.

அவர்களுக்குப் புரியவேயில்லை. என்ன தப்பு, எங்கே தப்பு என்று கண்டுபிடிக்கமுடியவில்லை. இத்தனைக்கும் ஸ்பிரேவை வெளியே அனுப்புவதற்கு முன்னால் ஒருமுறை நன்றாகப் பரிசோதித்து விட்டுத்தான் அனுப்பியிருந்தார்கள். ஆயினும் எவ்விதமான கெட்ட விளைவுகளையும் அந்த நல்ல ஆந்திராக்ஸ் உண்டாக்கவில்லை.

வெறியும் கோபமும் தலைக்கேறின. செய்திருக்கும் செலவுக்குக் கணக்கே இல்லை. ஆனால் எந்த பாதிப்பையும் உண்டாக்காத உயிரியல் ஆயுதங்களை வைத்துக்கொண்டு பஜனையா பண்ணமுடியும்?

இறுதி முயற்சியாக, ஓம் ஆசிரமத்தின் மெயின் கட்டடத்தின் மொட்டை மாடியில் ஒரு பெரிய

கூண்டை நிறுவினார்கள். அந்தக் கூண்டுக்குள் ஆந்திராக்ஸ் பீப்பாய் ஒன்று அடைக்கப்பட்டது. ஒரு ஜெனரேட்டரைக் கொண்டுவந்து அதனுடன் பொருத்தினார்கள். ஸ்விட்சைத் தட்டியதும் பீப்பாயிலிருந்து ஆந்திராக்ஸ் கிருமிகள் பறந்து காற்றில் கலக்கத் தொடங்கின.

என்ன ஆகிறது பார்க்கலாம் என்று காத்திருந்தார்கள். சிறு பறவைகள் சில இறந்து விழுந்ததைக் கண்டார்கள். ஆனால் மக்களுக்கு எவ்வித பாதிப்பும் இல்லை. ஒரு குப்பைத்தொட்டி ஓரத்தில் படுத்திருந்த நாய் ஒன்றும் இறந்திருந்தது. ஒரு மாடு இறந்திருந்தது. மற்றபடி பெரிய பாதிப்பு இல்லை.

ஆக, கிருமிக்கு வீரியமில்லை! போட்ட போஷாக்கு போதவில்லையா அல்லது கொல்லும் தரத்திலான கிருமிகளை உற்பத்தி செய்யத் தன் விஞ்ஞானிகளுக்குத் தெரியவில்லையா? ஷோகோ மாமா தாடியைத் தடவிக்கொண்டு யோசித்துக் கொண்டிருந்தபோது கார்ப்பரேஷன்காரர்கள் ஆசிரமத்துக்கு உள்ளே வந்தார்கள்.

மொட்டமாடில என்னாத்தய்யா ஊதி வுட்டிங்க? ரோட்ல காக்காயெல்லாம் செத்துக்கெடக்குது? அக்கம்பக்கத்து சனங்க ஒரே கப்படிக்குதுன்னு கம்ப்ளைண்ட் பண்றாங்க?

உண்மையில் ஆந்திராக்ஸின் வாசனை என்பது மனித சதை எரிவது போன்ற வாசனையைக் கொண்டது. கொஞ்சம் நாகரிகமற்ற மொழியில் சொல்லுவதென்றால் பொணவாடை.

ஷோகோவின் பக்தர்களுக்கு என்ன பதில் சொல்லுவ தென்று தெரியவில்லை. நேரே அவர்களைத் தம்

குருஜியிடமே அழைத்துச் சென்றுவிட்டார்கள். ஷோகோ கார்ப்பரேஷன்காரர்களை ஓர் அற்பப் பதர்போலப் பார்த்தார். என்ன வேண்டும் என்று கண்ணால் கேட்டார்.

'ஐயா உங்க மொட்டமாடிலேருந்து ஒருமாதிரி கப்படிக்குதுன்னு..'

'அபசாரம், அபசாரம். அது நாற்றமல்ல மானிடனே. நறுமணம். சோயா எண்ணெயையும் பர்ஃப்யூமையும் கலந்து ஸ்பிரே செய்தோம். ஆசிரமத்தில் பூச்சித் தொந்தரவு அதிகமாகிவிட்டது. கார்ப்பரேஷனில் புகார் கொடுத்தால் ஒருத்தரும் வருகிறமாதிரி இல்லை. இங்கு ஆயிரக்கணக்கான பக்தர்கள் வருகிறார்கள். அவர்களுக்கெல்லாம் ஒரே இம்சை. எதோ என்னாலானது, பூச்சிகளைத் தாற்காலிகமாக ஒழிப்பதற்காக...'

மாபெரும் மகான் அல்லவா? கார்ப்பரேஷன்காரர்கள் மேற்கொண்டு ஏதும் பேசாமல் வெளியே போய் விட்டார்கள். அவர்களால் கண்டுபிடிக்க முடிந்தது ஒன்றுதான். சோயா எண்ணெயையும் பாடி ஸ்பிரேவையும் கலந்தால் பொண நாத்தம் அடிக்கும்.

ஷோகோ தன் விஞ்ஞானிகள் மற்றும் தளபதிகளைக் கூப்பிட்டு உட்காரவைத்து ஒரு மீட்டிங் போட்டார். வேண்டாம். இனிமேல் உயிரி ஆயுதம் பயன்படுத்தி வீணாய்ப் போகவேண்டாம். பேசாமல் ரசாயனங்களுக்கு மாறிவிடலாம். கண்ணெதிரே பலன். உயிரியல் ஆயுதம் அளவுக்குக் கடும் நாசம் விளைவிக்காதோ என்கிற சந்தேகத்தில்தான் ரசாயனங்களைக் கொஞ்சம் இரண்டாம்பட்சமாக வைத்திருந்தோம். இனி மாற்றிக்கொள்வோம்.

ரசாயனமே சரணம்.

ஜூன் 1994ல் அது நடந்தது. டோக்கியோவிலிருந்து தொண்ணூறு கிலோமீட்டர் தொலைவில் இருந்த மட்சுமோடோ என்கிற குன்றுப்பகுதி ரிசார்ட் ஒன்றிலிருந்து கீழே பார்த்துக்கொண்டிருந்த சுற்றுலாப் பயணிகளுக்கு அந்தக் காட்சி மிகவும் வியப்பாக இருந்தது.

பூமி முழுதும் ஒருவித பனிப்படலம் சூழ்ந்துவிட்டது போல. எதுவுமே கண்ணுக்குத் தெரியாத மாதிரி. பனியா? புகையா? நெருப்பா? கடல் நீர் பூமிக்கு வந்துவிட்டதா? அதுவும் இத்தனை வெண்மையாகவா இருக்கும்? ஏதாவது நதியில் வெள்ளப்பெருக்கு ஏற்பட்டுவிட்டதா?

ஆனால் தண்ணீர் இப்படி வெளேரென்று ஒரு போர்வை போர்த்தியது போலிருக்காதே?

ஒன்றும் புரியவில்லை. அந்தப் படலம் சூழ்ந்த சில நிமிடங்களில் பல்வேறு பகுதிகளில் மக்கள் இருமத் தொடங்கினார்கள். பலபேர் குடம் குடமாக வாந்தி எடுத்தார்கள். கண் எரிகிறது, எரிகிறது என்று கதறிக்கொண்டு கிணற்றில் குதித்தார்கள். வயதானவர்கள், திடீரென்று மூச்சுவிட முடியாமல் இருப்பதாகச் சொல்லி அவசர அவசரமாக ஆம்புலன்ஸ்களுக்கு போன் செய்தார்கள்.

என்ன நடந்தது, நடக்கிறது என்றே யாருக்கும் புரியவில்லை. மருத்துவமனைகள் நிரம்பியவண்ணம் இருந்தன. மறுநாள் பொழுது விடிந்தபோது ஏழு பேர் இறந்திருந்தார்கள். இருநூற்றைம்பது பேர் இறந்துகொண்டிருந்தார்கள்.

10

இரண்டு வெற்றிகள்

*A*cetylcholinesterase. தேடிப்பாருங்கள். ஏதாவது ரெண்டு மூணு இங்கிலீஷ் எழுத்துகள் மிச்சம் இருந்துவிடப் போகிறது. இது ஓர் என்ஸைம். மனித உடம்புக்குள் இருக்கின்ற நரம்புகள் சரிவர இயங்கவேண்டுமென்றால் இந்த என்ஸைம் சரியான அளவில் சுரந்தாகவேண்டும்.

நமக்கென்ன தெரியும்? எம்.பி.பி.எஸ்ஸுக்கு மேலே எக்கச்சக்கமாகப் படித்துத் தொலைத்த டாக்டர்கள் கண்டுபிடித்து எழுதிவைத்திருக்கிறார்கள். இந்த என்ஸைம் சரியாகச் சுரக்காமல் போக அதிகம் வாய்ப்பில்லை. நரம்பு மண்டலத்தையே நேரடியாகத் தாக்கி, பெரிய அளவில் பாதிப்பு உண்டாக்கக் கூடியதாக ஏதாவது வந்து தொலைந்தால்தான் உண்டு.

அப்படியொரு பாதிப்புதான் அன்றைய தேதியில் டோக்கியோ நகரத்து மக்களுக்கு ஏற்பட்டது. ஓம் ஷின்றிக்கியோ குண்டர்கள் காற்றில் கலந்து

விட்ட உயிர்க்கொல்லி ஆயுதத்தின் பெயர் செரீன். சென்ற அத்தியாயத்தின் தலைப்பிலேயே பார்த்து விட்டோமல்லவா? எனவே மேல் விவரங்கள் ஏதும் இங்கே வேண்டாம்.

இந்த செரீன் என்ன செய்யும் என்றால், சுவாசித்த மறுவினாடியே நேரே மண்டைக்குப் போய் நரம்பு மண்டலத்தின் மையத்தைத் தொட்டுவிடும். எம். ஜி.ஆர். தொட்டால் பூ மலரும். இந்த செரீன் தொட்டால் நரம்புகள் படுத்துவிடும். நரம்பு மண்டலம் இயங்குவதற்கு மிக அத்தியாவசியமான, முதல் வரியில் பார்த்த அந்த என்ஸைம் சுரப்பது குறைந்துவிடும் என்பதுதான் விஷயம்.

அன்றைய தினம் வாந்தி, பேதி, தலைவலி, கண் எரிச்சல், நரம்புத் தளர்ச்சி, பேச்சு மூச்சில்லாமல் போதல் என்று பல்வேறு உபாதைகளுக்கு ஆட்பட்டு ஆசுபத்திரிகளில் அடைக்கலமான டோக்கியோ நகரவாசிகளைப் பரீட்சை செய்து பார்த்த டாக்டர்களுக்கு மிகுந்த ஆச்சர்யம். அத்தனை பேருக்கும் ஒரே விதமான பாதிப்பு. அவர்களுக்கு என்ன தெரியும், இது தீவிரவாதத் தாக்குதல் என்று?

தவிரவும் அன்றைய சூழலில் ஜப்பானுக்கு ஜென்ம விரோதிகள் என்று யாரும் கிடையாது. அமெரிக்க உளவு அமைப்பான சி.ஐ.ஏ.கூட அக்கம்பக்கத்து தேசங்களில்தான் மூக்கையும் முழங்காலையும் நுழைத்துக்கொண்டிருந்ததே தவிர, ஜப்பான் விஷயத் தில் யாருக்கும் அத்தனை பெரிய வன்மம் இல்லை.

அட, மேட் இன் ஜப்பான் போடாத பொருள்களை அமெரிக்கர்களே வாங்கத் தயங்கிய காலம் அல்லவா? மேலும் நிஜமாகவே ஓர் அமைதிப்பூங்கா தேசம் அது. உழைப்பு, உழைப்பு, உழைப்பைத் தவிர

வேறெதையும் சிந்திக்காத மக்கள். உழைக்கிற மக்களுக்கு உதவி செய்வதைத் தவிர வேறொன்றையும் சிந்திக்காத அரசு.

அப்படிப்பட்ட தேசத்தில்தான் நமது மகரிஷி ஷோகோ அவதரித்திருந்தார். அழிவின் கடவுள் அல்லது அழிவின் சாத்தான்.

அது நிற்க. டாக்டர்கள் பரிசோதனையில் என்னமோ விபரீத கெமிக்கல் என்று கண்டுபிடித்து விட்டார்கள். ஆனால் என்ன, எங்கே, எப்படி என்கிற கேள்விகளுக்கு பதிலில்லை. இத்தனைக்கும் ஒரு குளத்தின் நீரை எடுத்துப் பரிசோதித்துப் பார்த்ததில், அதில் செரீன் கலந்திருந்தது ஆதாரபூர்வமாகக் கண்டுபிடிக்கப்பட்டிருந்தது. எப்படி இது இங்கே வந்திருக்கும் என்றுதான் அப்போதும் சிந்தித்தார்களே தவிர, இது ஒரு தாக்குதலாக இருக்கும் என்று யாருக்குமே தோன்றவில்லை.

கவலையுற்ற அரசாங்கம், தனது சுகாதாரத்துறை அமைச்சகத்தை விளித்து, இன்னும் சிறப்பாக சுகாதார ஏற்பாடுகளைச் செய்யுங்கள், ஊரில் அசுத்தம் அதிகரித்துவிட்டது, கெட்ட வாயுக்கள் கலக்கின்றன, அழுகிய பொருள்களைத் தேங்க விடாதீர்கள், குப்பைகளை உடனுக்குடன் அகற்ற ஏற்பாடு செய்யுங்கள் என்று அக்கறையுடன் அட்வைஸ் செய்தது.

அது ஒரு தாக்குதல் என்றே யாருக்கும் தோன்றவில்லை. அப்படிப்பட்ட எண்ணம் சில மீடியாக்காரர்களுக்குத் தோன்றியபோது, எந்தத் தீவிரவாத இயக்கமும் இதற்குப் பொறுப்பேற்கவில்லையே என்று சொல்லிவிட்டார்கள். கொல்லும் தீவிரவாதிகளைக் காட்டிலும் கொள்கைத் தீவிரவாதிகளை அந்த

விஷயத்தில் நம்பலாம். சொல்லிவிட்டுச் செய்வார்கள். அல்லது செய்தது தாங்கள்தான் என்றால், அதனை வெளிப்படுத்தத் தயங்கமாட்டார்கள்.

இதையெல்லாம் பார்த்து ஷோகோ அசஹாரா சிரித்துக் கொண்டிருந்தார். அது ஒரு வெற்றி. மிகப்பெரிய வெற்றி. மொத்தம் அறுநூறு பேருக்குமேல் கடுமை யாக பாதிக்கப்பட்டிருந்தார்கள். ஆசுபத்திரிகள் நிரம்பி வழிந்தன. ஊர் முழுக்க அல்லோலகல்லோலம். எங்கு திரும்பினாலும் இதுவே பேச்சு. ஆனால் என்ன காரணம், யார் செய்தது என்று ஒருத்தருக்கும் தெரியவில்லை.

இதுதானே வேண்டும்? இதே முறையில் ஓட்டுமொத்த ஜப்பானையும் அழிப்பது படு சுலபம். கெக்கலிகொட்டிச் சிரித்தார் ஷோகோ. உண்மையில் அந்தத் தாக்குதலின் இலக்கு, டோக்கியோ நகரம் அல்ல. நகரத்தில் குடியிருந்த மூன்று நீதிபதிகளை காலி பண்ணுவது மட்டுமே. ஓம் இயக்கத்துக்கு விரோதமான சட்டபூர்வமான நடவடிக்கைகளை எடுக்கவிருந்த நீதிபதிகள் அவர்கள். கரெக்டாக அவர்கள் குடியிருந்த பகுதிக்கு அருகேதான் விஷவாயு பரவவிடப்பட்டது.

ஆனால் அதிர்ஷ்டக்காற்று, உண்மையிலேயே காற்று வடிவில் அந்த நீதிபதிகளின் வீட்டுக்கு எதிர்திசையில் அடித்தது. பரவவிடப்பட்ட விஷவாயு வேறு திசைக்குத் திரும்பி வேறு அறுநூறு பேரைப் பதம் பார்த்துவிட்டது!

இதுதான். இவ்வளவுதான். இதனையே ஆரம்பமாக வைத்துக்கொள்ளலாம். அடுத்த தாக்குதல்களை உடனுக்குடன் திட்டமிடுவோம் என்று ஷோகோ சொன்னார். உடனடியாக ஜப்பானில்

தாக்கப்படவேண்டிய இலக்குகள் நிர்ணயிக்கப் பட்டன. முக்கியமாக அரண்மனை வளாகம். அங்கே மன்னர் என்பவர் கடவுளுக்குச் சமானம். அவருக்கு எதாவது ஒன்றென்றால் மக்கள் கதறிவிடுவார்கள். கண்டிப்பாக ஒரு தாக்குதல் அரண்மனை வளாகத்தில் நிகழ்த்தியே ஆகவேண்டும் என்று தளபதிகள் அடித்துச் சொன்னார்கள்.

ஏற்கெனவே முயற்சி செய்து தோற்ற திட்டம்தான். ஷோகோவுக்கு அதில் அபிப்பிராயபேதம் ஏதுமில்லை. கண்டிப்பாக அரண்மனை தாக்கப் படவேண்டியதுதான். மன்னருக்கு மரணம் சம்பவிக்க வேண்டியதுதான். அப்போதுதானே அவர் மன்னராக முடியும்?

அதுசரி, தான் பதவிக்கு வந்ததும் மன்னராகப் பொறுப் பேற்பதா? பிரதமராகவா? அல்லது அதிபராகவா?

ம்ஹூம். மூன்றுமில்லை. கடவுளாக! ஐப்பானின் கடவுளாகத் தன்னைப் பதவிப்பிரமாணம் செய்து வைக்கும் காட்சி அவர் மனக்கண்ணில் ஓடியது. பரவசமாக இருந்தது. எத்தனை வருடத் தவத்துக்குப் பிறகு சித்தித்திருக்கும் வெற்றி! வெற்றிகூட கைக்கு வந்துவிடவில்லை. கண்ணுக்கெட்டும் தூரத்தில் இருக்கிறது. ஒரு ஹைஜம்ப். பிடித்துவிடலாம்.

ஷோகோதனது விஞ்ஞானிகளையும் தளபதிகளையும் அமைச்சரவை சகாக்களையும் அழைத்துப் பேசினார். ரசாயன ஆயுதங்களைப் பயன்படுத்துவதில் இருக்கிற சௌகரியம். ஒருடிரக் அல்லது வேன்போதும். ஜன்னல் வழியே அப்படியே ஸ்பிரே பண்ணிக்கொண்டு போய்விடலாம். ஒருத்தருக்கும் தெரியாது. வழக்கு வம்பு என்று ஏதும் வரவாய்ப்பே இல்லை. அப்படியே

மோப்பம் பிடித்துப் போலீஸ் வந்தாலும் ஆசிரமத்துப் புல்வெளியில் உட்காரவைத்து ஆசீர்வாதம் பண்ணி அனுப்பிவிடலாம். மீறி ரெய்டு, சோதனை என்று எகிறினாலும் கைக்கு எதுவும் சிக்கப்போவதில்லை.

ஏனெனில் ஷோகோவின் ரசாயன ஆய்வுச்சாலைகளும் உயிரியல் ஆய்வுச் சாலைகளும் டோக்கியோவுக்கு வெகு தொலைவில் ஒரு மலைப்பகுதியில் அல்லவா இருக்கின்றன? அதுவும் அதிகாரபூர்வமாக ஏதேதோ மருந்துப்பொருள் தயாரிக்கும் நிறுவனமாக பினாமி பெயரில் பதிவு செய்யப்பட்ட ஆய்வுக்கூடங்கள். ஒரு பயல் நுழைந்துவிட முடியாது!

மட்டுமல்லாமல் ஷோகோ அப்போது மிகத் தீவிரமாக அணு ஆயுதத் தயாரிப்பு முஸ்தீபுகளிலும் இறங்கியிருந்தார். இந்த விஷயத்தில் அவர் ரஷ்யாவை அதிகம் நம்பவில்லை. வட கொரியாவிலிருந்தும் இரானிலிருந்தும் தனக்குத் தேவையான தொழில் நுட்பங்களை அவர் தருவிக்க முயற்சிகள் மேற்கொண் டிருந்தார். ஓரளவு அதில் வெற்றியும் கண்டிருந்தார் என்று சொல்லவேண்டும்.

ஜப்பானில் அல்லாமல், ஆஸ்திரேலியாவில் நிலம் வாங்கி பண்ணை அமைத்து, பண்ணை வீடு கட்டி, அண்டர் கிரவுண்டுல் ஆய்வுச்சாலை ஒன்றை நிறுவியிருந்தார். வட கொரியாவிலிருந்து ஆயுதத் தயாரிப்புக்குத் தேவையான கருவிகள், இயந்திரங்கள், ஆள்கள் கப்பல் மூலம் ஆஸ்திரேலியாவுக்கு அனுப்பப்பட்டார்கள்.

ஓர் அணு உலை அமைப்பதுதான் அவருக்குச் சவாலாக இருந்தது. சரியான தொழில்நுட்பம் வசப்படவில்லை. மூலப்பொருள்கள் கூட கள்ள

மார்க்கெட்டில் கிடைத்துவிடும் என்று தெரிந்தது. சூடான் அல்லது இரானிலிருந்து தருவித்துவிட முடியும் என்பதில் அவருக்கு அபார நம்பிக்கை இருந்தது.

ஆனால் தகுந்த விஞ்ஞானிகள் கிடைப்பதில் சிக்கல் இருந்தது. பணத்துக்கு ஆசைப்பட்டு வருகிறவர்கள் எல்லாம் பத்தாங்கிளாஸில் நாலு முறை கோட்டடித்த ஆசாமிகளாக இருந்தார்கள். அல்லது பணம் கொடுத்து பாஸ் பண்ணிய விஞ்ஞானிகளாக இருந்தார்கள். எப்படியும் நான்கைந்து வருடங்களுக்குள் தன்னால் ஓர் அணு ஆயுதம் தயாரித்துவிட முடியும் என்று அவர் நம்பினார். மனப்பூர்வமாக. மிகவும் ஆழமாக. அந்த நம்பிக்கையைத் தனது விஞ்ஞானிகளிடம் பதியவைப்பதற்காகப் பல மணிநேரம் அவர்களுடன் உட்கார்ந்து பேசினார்.

என்ன செலவானாலும் பரவாயில்லை. எங்கிருந்தாவது தகுந்த ஆள்களைக் கொண்டு வாருங்கள். உலகம் அழியப்போகிறது என்பதில் சந்தேகமில்லை. ஜப்பான் உள்பட உலகில் ஒரு தேசமும் உருப்படியாக இருக்கப்போவதில்லை. மிஞ்சியிருக்கப்போவது நானும் என்னைச் சார்ந்தவர்களும் மட்டுமே. நமது எதிரிகளிடமிருந்து நம்மைத் தற்காத்துக்கொள்ள நமக்குக் கண்டிப்பாக ஆயுதங்கள் அவசியம். ஆண்டவன் நம்பக்கம் இருப்பது உண்மைதான். ஆனால் அவனேகூட ஆயுதம் இல்லாமல் இருப்பதில்லை. நமசிவாயம் வாழ்க. நாதன் தாளும் அவன் புள்ளையாண்டான் கையில் இருக்கும் வேலும் வாழ்க.

இவ்வாறெல்லாம் பேசி விவாதித்த பொழுது போக, மிச்சமிருந்த நேரத்தில் அடுத்தக்கட்ட அழிவு

நடவடிக்கைகள் குறித்தும் அவர்கள் விவாதிக்காமல் இல்லை.

முந்தைய தாக்குதல் நடந்து முடிந்து சரியாக ஒன்பது மாதங்கள் ஆகியிருந்தன. அது ஒரு தாக்குதல் என்றே யாருக்கும் தெரியாத நிலையில் இம்முறை இன்னும் கவனமாக, இன்னும் உற்சாகமாக, இன்னும் தீவிரமான தாக்குதலுக்குத் திட்டமிட்டார்கள்.

அன்றைக்கு மார்ச் 20, 1995. அதே செரீன். அதே நபர்கள். டோக்கியோ நகரச் சுரங்கச் சாலை வழியில் ஐந்து கார்களில் செரீன் அடைத்த பைகளை எடுத்துச் சென்றார்கள். ஒவ்வொரு காரையும் ஒவ்வொரு இடத்தில் நிறுத்திவிட்டு, ஆளுக்கொரு சிரெஞ்ச் எடுத்து பையில் ஒரு குத்து. புஸ்ஸ்ஸ் என்று வாயு வெளியேறத் தொடங்கிய கணத்தில் கள்ளர்கள் காரைவிட்டு இறங்கிக் காணாமல் போய்விட்டார்கள்.

கார்கள் முழுதும் வாயு நிரம்பியிருந்தன. எப்போது யார் திறந்தாலும் அடுத்தக் கணம் மோாட்சம் நிச்சயம். அப்படியே யாரும் திறக்காது போனாலும் சிறிது சிறிதாக அது வெளியேறிவிடும் வகையில் கார் கண்ணாடியை ஒரு துளி இறக்கிவிட்டுத்தான் போயிருந்தார்கள்.

மிகக் கொடூரமான அந்தச் சம்பவம் அன்று அரங்கேறியது. கார்கள் ஏன் நிற்கின்றன என்று தெரியாமல் அருகே வந்து கூடி நின்று பேசிய அத்தனை பேரும் சுவாசப் பிரச்னை ஏற்பட்டு பொத் பொத்தென்று கீழே விழுந்தார்கள். அவர்கள் ஏன் விழுகிறார்கள் என்று தெரியாமல், என்னமோ ஏதோவென்று ஓடிவந்தவர்கள் அத்தனை பேரும் வாந்தி பேதியில் விழுந்தார்கள். காரைத் திறக்க

முயன்றவர்கள் உடனடியாக செத்து விழுந்தார்கள். திறந்துவிட்ட கார் மொத்தம் ஐயாயிரம் பேரை மிகக் கொடூரமான தாக்குதலுக்கு உள்ளாக்கி, சின்னாபின்னப்படுத்திவிட்டது.

ஒரு மணி நேரத்துக்குள் நடந்துவிட்ட அசம்பாவிதம். டோக்கியோ முழுதும் விஷவாயுவின் வேகத்திலேயே செய்தியும் பரவி மக்கள் கடும் பீதிக்கு ஆளானார்கள். பரவிவிட்ட வாயுவை எப்படிக் கட்டுப்படுத்துவது என்று தெரியாமல் அதிகாரிகள் முழி பிதுங்கி நின்றார்கள். காவல்துறையினர் ஒரு பக்கம் ஊரை அடைத்து யாரும் வெளியே போக முடியாமல் பரிசோதனை என்கிற பெயரில் படுத்த, கலவரம் மற்றும் பதற்றத்திலேயே பலபேர் மயக்கமடைந்து கீழே விழுந்தார்கள்.

விபத்தல்ல. கண்டிப்பாக இது திட்டமிட்டுப் பரப்பப் பட்ட விஷவாயு என்பது ஊர்ஜிதமாகிவிட்டது. அதே செரீன். அன்றைக்கு ஒரு குளத்தில் சாம்பிள் எடுக்கப்பட்ட நீரில் கலந்திருந்த அதே விஷம். எனவே இது யாரோ செய்கிற வேலை. என்ன காரணத்துக்காகச் செய்கிறார்கள்? எத்தனை பேர்? எந்த நாட்டைச் சேர்ந்தவர்கள்? விஷவாயு ஸ்டாக் எவ்வளவு வைத்திருப்பார்கள்? அடுத்த இலக்கு என்னவாக இருக்கும்?

காவல் துறை மிகத்தீவிரமாக விசாரணையை முடுக்கிவிட்டது. அப்போதும் அவர்களுக்கு ஓம் ஷின்ரிக்கியோமீது சந்தேகம் வரவில்லை. ஜப்பானுக்கு ஏதோ போதாதகாலம் என்கிற அளவில் கவலைப்பட்டுவிட்டு, பல காவல்துறை உயரதிகாரிகளே ஷோகோவிடம் வந்து ஆசியும் ஆறுதலும் பெற்றுச் சென்றார்கள்.

ஷோகோ பரமானந்தமாக இருந்தார். அடுத்தடுத்த இரண்டு வெற்றிகள் அவரை திக்குமுக்காடவைத்திருந்தன. அடுத்தது என்ன என்று யோசிக்கத் தொடங்கியிருந்தார்.

ஆனால் அவருக்கு அப்போது தெரியாது. காவல்துறை யினர்தான் கே.யிந்துகளாக இருந்தார்களே தவிர, ஜப்பானிய உளவு அமைப்பில் ஒரு சில அதிகாரிகளும் சில ஊழியர்களும் மிகத் தீவிரமாக ஓம் ஷின்ரிக்கியோவையும் அதன் செயல்பாடுகளையும் கவனித்துவரத் தொடங்கியிருந்தார்கள் என்பது.

11

மாட்டிக்கொண்ட மகான்

டியூப் கார்கள் என்று சொல்லப்படும் அந்த ஜப்பானிய சுரங்க ரயில்களில் நிகழ்த்தப்பட்ட தாக்குதல் ஒரு வகையில் ஜப்பானிய சரித்திரத்தில் இடம்பெறத்தகுந்தது. இரண்டாம் உலகப்போரில் அமெரிக்க அணுகுண்டு வீச்சுக்கு அப்புறம் ஒரு பேரழிவுக் காண்டத்தை ஜப்பானியர்கள் சந்தித்தது, கடந்தது அப்போதுதான்.

இப்படியே ஊர் ஊராக செரீன் விளையாட்டு விளையாடி ஜப்பான் அரசை நிலைகுலையச் செய்து சரணடையவைத்துவிடலாம் என்று ஓம் இயக்கம் நினைத்தது. அந்த விஷ வாயு ஸ்டாக் தீர்ந்துவிடாமல் பார்த்துக்கொள்ளச் சொல்லி ஆய்வுச் சாலைக்குக் குறிப்பு அனுப்பப்பட்டது. எவ்வளவு வேண்டியிருக்கும் என்று தெரியாது. எத்தனை நாளைக்கு வேண்டியிருக்கும் என்றும் தெரியாது. ஜப்பானிய அரசுடனான யுத்தம் தொடங்கிவிட்டது. அது முடியும்வரை செரீன் தேவதை அனுக்கிரகம் பண்ணிக்கொன்டே இருக்கவேண்டும்.

அசஹாராவுக்கு அப்போதும் நம்பிக்கை இருந்தது. கண்டிப்பாகக் கண்டுபிடிக்க முடியாது! மிஞ்சிப்போனால் தீவிரவாதத் தாக்குதல் என்று தெரியும். ஆனால் யார் பரப்பிய வாயு என்று எப்படித் தெரியும்? ஒரு துப்பாக்கிச் சூடு என்றால் கூட வெடித்த தோட்டாவைத் தேடி எடுத்து ஆராய்ந்தால் என்ன ஜாதி, எந்தக் குலம், கோத்திரம் என்று கண்டுபிடித்துவிட முடியும். ரசாயன ஆயுதத்தில் அதெல்லாம் எப்படிச் சாத்தியம்?

சந்தேகத்தின் பேரில் விசாரணை என்று வேண்டுமானால் வரலாம். அதுகூட மிகவும் அசாத்தியம். அப்படி வந்தால் ஆசீர்வாதம் வழங்கி அனுப்பிவிட வேண்டியதுதான்.

யுத்தம் என்று தீர்மானித்துவிட்ட படியால், இயக்கத்தவர்களின் மற்ற நடவடிக்கைகள் அனைத்தையும் நிறுத்திக்கொள்ளச் சொல்லிவிட்டார் அசஹாரா. கவனமாக இருங்கள். ஆர்ப்பாட்டம் வேண்டாம். யாருக்கும் சந்தேகம் வரக்கூடாது. பொது இடங்களில் சகஜமாக இருங்கள். ஆடு திருடிய கள்ளன் மாதிரி முழிக்காதீர்கள். வலுச் சண்டைகள் எதிலும் ஆர்வம் காட்டாதீர்கள். வம்பு வழக்குகளின் பக்கம் போகவேண்டாம். யுத்தம் முடிகிறவரை சட்டத்துக்கு உட்பட்ட பிரஜைகளாகவே இருப்பது நலம் பயக்கும்.

முடிந்தால் ஆசிரமத்திலேயே தங்கிவிடுங்கள். வீடு வாசல் கொஞ்ச நாளைக்கு வேண்டாம். இருக்கவே இருக்கிறது நமசிவாயம் வாழ்க, நாதன் தாள்வாழ்க ஜபம். அதனைப் பண்ணிக்கொண்டு ருத்திராட்சம் உருட்டிக்கொண்டிருங்கள். போதும். வெற்றி நம்முடையதுதான்.

அதே சமயம் உளவுத்துறை அதிகாரிகளில் சிலர், ஜப்பான் முழுதும் பரவியிருந்த ஓம்

இயக்கத்தின் ஆசிரமங்களின் வரைபடங்களை எடுத்துவைத்து மஞ்சள் நிற ஹைலைட்டரால் மார்க் பண்ணிக்கொண்டிருந்தார்கள்.

தயங்கவேண்டாம். கண்டிப்பாக இவர்களைத் தவிர வேறு யாருக்கும் இத்தனை துணிச்சல் வர வாய்ப்பில்லை. நீண்ட நெடுங்காலமாக சந்தேக லிஸ்டில் இருக்கிறவர்கள். நடவடிக்கைகள் எதுவும் வெளிப்படையாக இல்லை. நாலைந்து வருடங்களில் எத்தனை வழக்குகள்! எத்தனை விசாரணைகள்! எத்தனை குற்றச்சாட்டுகள்! இன்றுவரை அரசாங்கமும் காவல் துறையும் எந்த நடவடிக்கையும் எடுக்கவில்லை. மத நிறுவனம் ஒன்றை விசாரணைக்கு உட்படுத்துவதால் வரக்கூடிய சிக்கல்கள் குறித்துக் கவலைப்பட்டுக்கொண்டிருந்தது போதும்.

அதிரடியாகக் களமிறங்கவேண்டிய தருணம் இது. எதற்கும் பிற மத அமைப்புகளையும் விசாரிப்பது போல் ஒரு பாவ்லா காட்டிவிடலாம். ஓம் ஷின்றிக்கியோவை பார்ட் பார்ட்டாகக் கழற்றி மேய்ந்துவிடவேண்டும்.

உளவுத்துறை சீனியர்கள் கூடிப்பேசினார்கள். ஓம் ஆசிரமங்களில் ஒரு ரெய்டு போவது அவசியம்தான் என்றே அனைவரும் நினைத்தார்கள். எதிர்ப்பு தெரிவித்த அதிகாரிகளுக்கு பிரமோஷன் கொடுத்து வேறு டிபார்ட்மெண்டுக்கு அனுப்பிவிட்டு, ரகசியமாக ஒரு தனிப்படை தயாரித்தார்கள். மிகக் கவனமாக, காதும் காதும் வைத்தமாதிரி வேலையை முடிக்க முடிவு செய்தார்கள்.

அப்போது அவர்களுக்கு ஒரு ரகசியத் தகவல் வந்து சேர்ந்தது. சுரங்கப்பாதை விபத்திலிருந்து காவல் துறை மற்றும் மக்களின் கவனத்தை திசை திருப்புவதற்காக

மத்திய டோக்கியோவில் வேறொரு தாக்குதலுக்குத் திட்டமிட்டிருக்கிறார்கள் என்பதே அது. அதே போன்ற செரீன் தாக்குதல். ஆனால் இம்முறை டியூப் கார்கள் அல்ல. பேருந்துப்பாதை.

உளவுத்துறை அதிகாரிகள் பலருக்கே அப்போதுதான் விஷயம் தெரிந்தது, உளவுத்துறையைச் சேர்ந்த ஆபீசர் ஒருவருக்கே மொட்டை அடித்து காஷாயம் கட்டி ஓம் ஆசிரமத்தில் வேவு பார்க்க அனுப்பியிருந்த விஷயம்.

க்ரேட் என்று சிலிர்த்துக்கொண்டு எழுந்தது படை. உடனடியாகத் தகவலை பாதுகாப்புத்துறை அமைச்சகத்துக்குத் தெரியப்படுத்தினார்கள். அது நட்ட நடுநிசி நேரம். பாதித் தூக்கம் அல்லது பாதி விழிப்பில் செய்தியை வாங்கிக்கொண்டு, தண்ணீரை வாரி முகத்தில் அடித்துக்கொண்டு அமைச்சர் வீட்டுக்கு ஓடினார்கள்.

விஷயத்தின் தீவிரமும் முக்கியத்துவமும் விளக்கப்பட்டது. உடனடியாக டோக்கியோ நகரக் காவல் துறை ஆணையர் எழுப்பப்பட்டார். இரவோடு இரவாக நகரம் முழுதும் உள்ள ஓம் ஆசிரமங்களுக்குத் தலா இருபது போலீஸ் அதிகாரிகளை அனுப்பச் சொல்லி உத்தரவானது. டோக்கியோவுக்கு வெளியே தேசமெங்கும் பரவியிருக்கும் கிளைகளுக்கும் அவ்வண்ணமே காவல் படைகள் அனுப்பப்பட்டன. உளவுத்துறையின் ஆலோசனையின்பேரில், இந்தக் காவல்படைகளுடன் ஒரு விஞ்ஞானியும் அனுப்பப்பட்டார்.

ஏப்ரல் இரண்டாம் தேதி அதிகாலை இந்த ஆபரேஷன் தொடங்கியது. ஃப்யூஜி மலையின் அடிவாரத்தில் இருந்த கமிகுஷிகி என்கிற இடத்தில் இயங்கிக் கொண்டிருந்த ஓம் தலைமையகத்தை இருபத்திரண்டு பேர் கொண்ட காவல் படை சுற்றி வளைத்தது.

விசாரணை அதிகாரியிடம் காவலாளி, 'என்ன வேண்டும் உங்களுக்கு?' என்று கேட்டான்.

'உங்கள் தலைவரைப் பார்க்கவேண்டும். ஒரு விசாரணைக்காக வந்திருக்கிறோம்.'

'குருஜி உறங்கிக்கொண்டிருக்கிறார். நீங்கள் விடிந்ததும் வரலாம்.'

அவனை அலேக்காகத் தூக்கி போலீஸ் வேனில் போட்டுவிட்டு கதவைத் தள்ளிக்கொண்டு உள்ளே போனது படை. காவலுக்கு இருந்த செயல்வீரர்களுக்கு அபாயம் உறைத்தது. உடனடியாக இண்டர்காம் மூலம் தகவல் உள்ளே சயன அறையில் இருந்த ஷோகோவுக்குத் தெரிவிக்கப்பட்டது.

'காவலர்கள் நம் நண்பர்கள். விசாரணை செய்ய வந்தால் உள்ளே விடவேண்டியதுதானே?' என்று அசால்டாகப் பேசியபடி எழுந்து வெளியே வந்தவரை மடக்கி அப்படியே உட்காரவைத்தார்கள் அதிகாரிகள். உடனடியாக ஆசிரமத்தின் கதவுகள் இழுத்துப் பூட்டப்பட்டன. உள்ளே டெலிபோன் ஒயர்கள் பிடுங்கப்பட்டன. உள்ளிருந்து வெளியேவோ, வெளியிலிருந்து உள்ளுக்கோ ஒரு கொசு கூட வரமுடியாதபடிச் செய்துவிட்டு, ஷோகோவின் கழுத்தில் துண்டு போட்டார்கள்.

இதோபார், இங்கே ரெய்டு நடக்கப்போகிறது. உன் ஆள்கள் ஒத்துழைக்காவிட்டால் நடக்கிற கதை அவ்வளவு நன்றாக இராது. கூப்பிட்டுச் சொல்.

ஷோகோவுக்கு அடிவயிற்றைக் கலக்க ஆரம்பித்தது. தான் அவசரமாக டாய்லெட் போகவேண்டும் என்று சொன்னார்.

அதெல்லாம் சான்ஸே இல்லை. இப்படியே ஒரு மூலையில் உட்கார்ந்து மூச்சா போய்க்கொள் என்று

சொல்லிவிட்டார்கள்.

'நீங்கள் தவறாக எதையோ கேள்விப்பட்டு இங்கே வந்திருக்கிறீர்கள். உட்காருங்கள். முதலில் டீ சாப்பிட்டுவிட்டுப் பிறகு பேசலாம்.'

வாய மூட்றா சோம்பேறி என்று சொன்னார்களா தெரியவில்லை. ஆனால் ஒரு தனியறையில் ஷோகோவைத் தூக்கிப் போட்டு காவலுக்கு ஒரு ஆளும் ஒரு நாயும் வைத்துவிட்டு மற்ற அறைகளில் தேடத் தொடங்கினார்கள். எதிர்ப்புத் தெரிவித்த ஆசிரம ஊழியர்கள் அத்தனை பேரையும் குண்டுக்கட்டாகத் தூக்கி ஜீப்பில் போட்டார்கள்.

எப்படியாவது தனது ஆய்வகத்துடன் தொடர்பு கொண்டுவிட வேண்டுமென்று ஷோகோ முயற்சி செய்து பார்த்தார். ம்ஹூம். ஒரு போன் வேலை செய்யவில்லை. கண்ணுக்கெட்டிய இடங்களி லெல்லாம் காவலர்கள் மட்டுமே இருந்தார்கள். ஒரு தொண்டன்? ஒரு குண்டன்? ஒரு பக்தை? ஒரு சிஷ்யை?

ம்ஹூம்.

'நீங்கள் அத்துமீறுகிறீர்கள். விளைவுகள் மிகவும் மோசமாக இருக்கும் என்று எச்சரிக்கிறேன்' என்று சொல்லிப்பார்த்தார்.

சர்தாம்போடா என்று சொல்லிவிட்டார்கள். ஒவ்வொரு அறையாகத் தேடினார்கள். கட்டில், பீரோ, நாற்காலி, மேசைகள், இழுவறைகள், சீலிங், தரை, பாத்ரூம், டாய்லெட், கிச்சன் எதையும் விட்டுவைக்கவில்லை. இழுக்க முடிந்ததை இழுத்துப் பார்த்தார்கள். திறக்க முடிந்ததைத் திறந்து பார்த்தார்கள். உடைக்க வேண்டியதை உடைத்தும் பார்த்தார்கள்.

ஆசிரமத்து நந்தவனத்தின் நடுவே ஷோகோ ஓய்வுப் பொழுதுகளில் சயன கோலத்தில் ஓயிலாக சொற்பொழிவாற்றும் ஒரு சிறு குடிலின் கூரையைக் கழற்றிக் கடாசிவிட்டு உள்ளே குதித்துத் தேடியதில், அங்கே ஒரு நிலவறை இருந்தது கண்டு பிடிக்கப்பட்டது.

தபார்றா என்று உள்ளே இறங்கினார் ஒரு ஆபீசர். கிட்டத்தட்ட இராக்கில் சதாம் உசேன் பதுங்கியிருந்த நிலவறை போன்ற அறை அது. உள்ளே வரிசையாக மரப்பெட்டிகள் இருந்தன. துணியில் சுற்றி மூட்டை மூட்டையாகவும் சில வஸ்துக்கள் இருந்தன.

எடுத்துப் பிரித்துப் பார்த்தவர்கள் அரண்டு போனார்கள்.

அத்தனையும் குண்டுகள். கையெறி குண்டுகள். தவிரவும் பாறைகளைப் பெயர்க்க உபயோகிக்கப் படும் ஜெலட்டின் குச்சிகள். இன்னொரு பெட்டியில் புத்தம்புதிய ஏகே 47 ரகத் துப்பாக்கிகள். மற்றொன்றில் குவித்துவைத்த கரப்பான்பூச்சிகளாகக் கைத்துப்பாக்கிகள். ரவைகள். தனியே கண்டெய்னர் களில் பல்வேறு ரசாயனங்கள். சிறு குடுவைகளில் ஆந்திராக்ஸ்.

சஞ்சீவி மலையைப் பெயர்த்த ஆஞ்சநேயர் மாதிரி காவல் துறை அதிகாரிகள் அந்த அறையை அப்படியே சுருட்டி வாரி எடுத்துக்கொண்டு போனார்கள்.

கிட்டத்தட்ட அதே சமயத்தில் ஜப்பான் முழுவதும் இருந்த ஷோகோவின் அனைத்து ஆசிரமக் கிளைகளும் அதே போன்ற சோதனைகளுக்கு உட்படுத்தப்பட்டு ஆயிரக்கணக்கான ஆயுதங்கள் கைப்பற்றப்பட்டன. பெட்டி பெட்டியாகப் பல நாட்டு கரன்சிகளும் கண்டுபிடிக்கப்பட்டன. இந்தத்

தேடுதல் வேட்டையின் உச்சம், ரஷ்யத் தயாரிப்பான *Mi 17* ரக ஹெலிகாப்டர்கள் கைப்பற்றப்பட்டதுதான்.

காடுகளை ஒட்டிய கிராமப்பகுதிகளில் ஹெலிகாப்டர்களை நிறுத்தி வைக்கோல் போரால் மூடியிருந்தார்கள்! விசுவாசமான கிராமத்து விவசாயிகள் அவற்றுக்குக் காவல் தெய்வமாக இருந்தனர். போலீஸ் இந்தத் தேடுதல் வேட்டையில் பல கிராமங்களையே மொத்தமாகச் சலித்து சல்லடை போட வேண்டியதானது.

டன் கணக்கில் கைப்பற்றப்பட்ட கெமிக்கல்கள், குடுவை குடுவையாக அகப்பட்ட ஆந்திராக்ஸ் கிருமிகள் அனைத்தும் உடனடியாக அரசாங்க ஆய்வுச் சாலைகளுக்கு அனுப்பி வைக்கப்பட்டன. ஓம் இயக்கத்தைச் சேர்ந்தவர்கள் அத்தனை பேரையும் ஊடு கட்டி வளைத்துப் பிடித்தார்கள். விசாரணையில் தெரியவந்த தகவல்களின் அடிப்படையில் அவர்களது ஆய்வுக்கூடங்கள் இருக்கும் இடங்கள் கண்டுபிடிக்கப்பட்டு சீல் வைக்கப்பட்டன. உள்ளே ஆயுதங்கள் மட்டுமல்ல. *LSD* என்ற போதைப்பொருளும் ஏராளமாகச் சிக்கியது. மட்டுமல்லாமல் பாளம் பாளமாகத் தங்கக் கட்டிகள். வைரக் கற்கள். விமான எரிபொருளாகப் பயன்படும் ஓயிட் பெட்ரோல் பேரல்கள்.

இன்னதுதான் என்றில்லாமல் ஷோகோ சாமியார் சகட்டுமேனிக்கு என்னென்னவோ செய்து வைத்திருந்ததைக் கண்டு திகைத்துப் போனார்கள்.

இந்த செய்தி மறுநாள் காலை பேப்பரில் வந்தபோது கூடவே ஷோகோவின் அறிக்கை ஒன்றும் வெளியானது. அதைப்படித்துப் பார்த்து, அடங்கொக்கமக்கா என்று மூக்குமேல் விரல் வைத்தது காவல் துறை.

12

எங்கே தக்காளி?

சிவ சிவா! அவற்றை ஆயுதங்கள் என்றா நினைக்கிறீர்கள்? அபசாரம், அபசாரம். ஜப்பானின் எதிர்காலம் என்பது ஆயுதங்களில் இல்லை நண்பர்களே. விவசாயத்தில் இருக்கிறது. நெல்லும் கரும்பும் வாழையும் பார்லியும் சோளமும்தான் ஜீவாதாரம். ஆயுதங்களோ மற்றவையோ இல்லை. ஓம் ஷின்ரிக்கியோவை நீங்கள் என்னவென்று நினைத்தீர்கள்?

வெறும் ஆன்மிக இயக்கம் என்றா? இல்லை நண்பர் களே. இது ஒரு மக்கள் இயக்கம். இல்லாதுபோனால் நாங்கள் ஏன் அரசியலில் இறங்கியிருப்போம்? பள்ளி, கல்லூரிகளை ஏன் நடத்தப்போகிறோம்? விஞ்ஞானத்தில் மெய்ஞானத்தைக் கலந்து அஞ்ஞான இருள் அகற்ற உதித்திருக்கும் இயக்கம் இது.

எங்களுக்கு விவசாயமும் விலக்கில்லை. நீங்கள் எங்கள் ஆசிரமங்களில் கண்டெடுத்த ரசாயனங்கள் உங்கள் பார்வையில் ஆயுதங்களாகத்

தெரிகின்றன. ஆனால் பரம்பொருளின் பார்வையில் அவையெல்லாம் ரசாயன உரங்கள். எங்கள் கூட்டு விவசாயப் பண்ணைகளில் பயன்படுத்துவதற்காகச் சேமிக்கப்பட்டிருப்பவை.

சந்தேகமிருந்தால் நீங்கள் அனைவரும் ஒரு ஞாயிற்றுக்கிழமை காலை எட்டு மணி சுமாருக்கு எமது தலைமையகத்துக்கு வரலாம். கலர் வீடியோ கோச்சில் காவலர்களையும் பத்திரிகையாளர்களையும் அழைத்துச் சென்று எங்கள் பண்ணைகளைச் சுற்றிக்காட்டத் தயார். அங்கே நீங்கள் சுகமாக இளநீர் அருந்தலாம். நல்ல மல்லாக்கொட்டை விளைந்திருக்கிறது. பிடுங்கி, அலசிக் காயவைத்து, வறுத்து மசாலா சேர்த்துத் தலையில் அறைக்கலாம். சே, சாப்பிடலாம். ஆளுக்கொரு மூட்டை அரிசி எடுத்துச் செல்லவும் ஆட்சேபணை இல்லை. என்ன வருகிறீர்களா?

மேற்படி பேராகிராஃபை ஒரு பத்திரிகை அறிக்கை ஸ்டைலில் மாற்றி வாசித்துக்கொள்ளவும். சாரம் இதுதான். ஆசிரமத்தில் கண்டறியப்பட்ட ரசாயன ஆயுதங்களெல்லாம் உரம் தயாரிப்பதற்காக வாங்கிவைக்கப்பட்டவை. தவறாகப் புரிந்து கொள்ளப்பட்டுவிட்டது, ஆமென்.

அறிக்கையைப் படித்து வாயைப் பிளந்தது காவல் துறை. இந்த ஆள் வெறும் கிரிமினல் இல்லை, கேப்மாரி கிரிமினல் என்று முடிவு செய்தார்கள். உடனடியாக நீதித்துறை பரமாத்மாக்களைத் திருட்டு கெஞ்சு கெஞ்சி ஷோகோ அசஹாராவைக் கைது செய்ய வாரண்ட் வாங்கிக்கொண்டு புறப்பட்டார்கள். கையோடு ஓம் இயக்கத்தைச் சேர்ந்த அத்தனை பேரையும் அரெஸ்ட் செய்யவும் உத்தரவாகியிருந்தது.

விஷயம் பேப்பர்களுக்குப் போவதற்குமுன்னால் நமது வெள்ளைத் தக்காளி எஸ்கேப் ஆகிப்போனார்.

எங்கே? எங்கே? எங்கே?

ஆசிரமம் ஆசிரமாகத் தேடினார்கள். சந்து பொந்துகளிலெல்லாம் புகுந்து புறப்பட்டார்கள். ஜப்பானின் இண்டு இடுக்குகளைக்கூட விடாமல் தேடினார்கள். கொத்துக்கொத்தாக அடிப்பொடிகள் அகப்பட்டார்களே தவிர அண்ணனைக் காணோம்.

உடனடியாக ஒரு தனிப்படை ரஷ்யாவுக்கு அனுப்பப்பட்டது. ரஷ்ய அரசைக் கூப்பிட்டு விவரம் சொல்லி ஒத்துழைக்கக் கேட்டுக்கொண்டார்கள். வேறு எங்கெங்கெல்லாம் ஷோகோவுக்கு சிஷ்ய கோடிகளும் பக்த கோடிகளும் உண்டோ, அங்கெல்லாம் போனார்கள். கிடைத்த அத்தனை பேரையும், அத்தனை ஆதாரங்களையும் அள்ளி எடுத்துப் போட்டுக்கொண்டு வந்தார்கள்.

ஆச்சர்யம், ஷோகோவைப் பற்றிய ஒரு சின்ன க்ளூகூடக் கிடைக்கவில்லை. ஆனால் பத்திரிகை களுக்கு மட்டும் தினசரி அவரிடமிருந்து ஓர் அறிக்கை வீதம் வந்துகொண்டிருந்தது.

இது கலிகாலம். ஜப்பானிய அரசுக்கு கிலிகாலமும் கூட. காரணமில்லாமல் எங்களைத் துன்பத்தில் ஆழ்த்துகிறார்கள். இதையெல்லாம் பார்த்துக் கொண்டு அழிவுக்கடவுளான பார்வதி புருஷன் சும்மா இருக்கமாட்டான். கண்டிப்பாக இவர்களுக்குத் தக்க தண்டனை கிடைத்தே தீரும். புத்தம் சரணம் கச்சாமி.

மவன நீ மட்டும் மாட்னா சட்னிதாண்டி என்று கறுவிக் கொண்டிருந்தது காவல் துறை.

அதே சமயம் ஷோகோ தன் இறுதித் திருவிளை யாடலையும் ஒருபுறம் ஆரம்பிக்கத் தவறவில்லை.

அன்றைக்கு மார்ச் 30ம் தேதி ஜப்பான் நேஷனல் போலிஸ் ஏஜென்சியின் தலைவர் தகாஜி குனிமத்ஸு (Takaji Kunimatsu) அலுவலகத்துக்குப் புறப்பட்டுக்கொண்டிருந்தார். சாயங்காலம் வரும்போது மறக்காம அர்ச்சனா ஸ்வீட்ஸ்லேருந்து அரைக்கிலோ மொளகா பஜ்ஜி வாங்கிட்டு வாங்க என்று அவரது திருமதி சொல்லி வழியனுப்பித் திரும்பக்கூட இல்லை.

எங்கிருந்தோ சீறி வந்த துப்பாக்கிக் குண்டுகள் அவரது தோளில் ஒன்றும் கழுத்தில் ஒன்றும் கன்னத்தில் ஒன்றும் நெஞ்சுக்கு நாலு இஞ்ச் கீழே ஒன்றுமாகப் பாய, அப்படியே சரிந்து விழுந்தார்.

வினாடிப் பொழுதில் பிராந்தியம் பரபரப்பாகி விட்டது. ஜீப்புகள் பறக்க, சைரன்கள் ஒலிக்க, போட்டோ ஃப்ளாஷ்கள் மின்ன, டி.ஜி.பி. ஆசுபத்திரி கட்டிலில் சுவாசக் குழாய்கள் சகிதம் மறுநாள் போஸ் கொடுத்தார். பிழைத்தது பெரிய விஷயம். நிறைய ஆப்பரேஷெனல்லாம் பண்ணித்தான் காப்பாற்றினார்கள்.

காவல் துறைக்கு வெறி அதிகரித்துவிட்டது. ஒரு மாத காலத்துக்குள் ஷோகோவைப் பிடித்தே தீருவது என்று ஆத்தா மேல் சபதம் போட்டுவிட்டுத் தேடுதல் வேட்டையைத் தீவிரப்படுத்தினார்கள்.

இப்போதும் ஷோகோ ஓர் அறிக்கை விட்டார். அப்பனே, முருகா, ஞானபண்டிதா. நடக்கிற எல்லாவற்றுக்கும் என்னைக் குறிவைக்காதே என்னப்பனே. அது அமெரிக்கச் சதி. எங்களை இதில்

மாட்டிவிட்டுவிட்டு வேடிக்கை பார்க்கிறார்கள். அவர்களுக்குலிங்காதிபதிநல்லதொருதீர்ப்பளிப்பார்.

இந்த அறிக்கைக்கு அவர் ஒரு பின்னிணைப்பும் கொடுத்திருந்தார். அமெரிக்காவைப் பரமசிவன் பார்த்துக்கொள்வார். ஆனால் ஏப்ரல் 15ம் தேதி ஜப்பானுக்கு ஏற்படப்போகிற அதிர்ச்சியை யார் பார்த்துக்கொள்வது? ஒரு பூகம்பம் ஏற்படப்போகிறது. அப்புறம் நிலமெல்லாம் ரத்தம்தான். பிறகு எங்கிருந்து வரும் சத்தம்?

ஷோகோ பூகம்பம் என்று எதனைச் சொல்லியிருந்தார் என்று ஆராய்ச்சி பண்ணவெல்லாம் அவகாசம் இல்லை. கிழம் ஏதோ விவகாரத்துக்குத் திட்டம் போடுகிறது என்பது மட்டும் புரிந்துவிட்டது. உடனே அலர்ட் ஆன காவல் துறை ஜப்பான் முழுதும் பாதுகாப்பு ஏற்பாடுகளை பலப்படுத்தியது.

அனைத்து மருத்துவமனைகளிலும் ரசாயன ஆயுதத் தாக்குதலுக்கு எதிரான பாதுகாப்பு ஏற்பாடுகள் உடனடியாகச் செய்யப்பட்டன. பேருந்துகள், ரயில்கள், விமான நிலையங்கள் என்று அனைத்துப் பொதுஇடங்களிலும்ஏதாவதுஅசம்பாவிதம்என்றால் தற்காத்துக்கொள்வது எப்படி என்று வீடியோக் காட்சிகள் தயாரிக்கப்பட்டுப் பொதுமக்களுக்குப் போட்டுக்காண்பிக்கப்பட்டன.

அடையாளம் தெரியாத பிளாஸ்டிக் பைகளைத் தொடாதீர்கள். எந்தப் பொருளையுமே தொடாதீர்கள். ஏதாவது வாசனை வந்தால் உடனே பிராணாயாமத்துக்குப் போய்விடவும். இடத்தை காலி பண்ணிவிடவும். காவலர்களுக்குத் தகவல் தரவும். நீங்களாக எதையும் தொட்டு ஆராய்ச்சி செய்து நோபல் பரிசுக்கு முயற்சி செய்யவேண்டாம்.

எதற்கும், எப்போதும் கையில் ஒரு முகமூடி வைத்திருங்கள். வெளியில் போகும்போது ஜைனத் துறவிகள் போல் மூக்கையும் வாயையும் சேர்த்து மூடும் கர்ச்சிப் அணிந்து செல்லுங்கள்.

இதற்குமேல் மக்களைக் கலவரப்படுத்த முடியுமா என்ன? எங்காவது பாப்கார்ன் பொறித்தால் கூட அலறியடித்துக்கொண்டு ஓட ஆரம்பித்தார்கள் அப்பாவி ஜப்பானியர்கள். காவல் துறையினர் இருபத்தி நாலு மணிநேரமும் கண் விழித்துக் காவல் காத்தார்கள். பொதுமக்களின் பயத்தைப் போக்குவதே பெரும்பாடாக இருந்தது.

குறிப்பிட்ட பதினைந்தாம் தேதி ஜப்பானில் அநேகமாக எந்த அலுவலகமும் இயங்கவில்லை. பள்ளி, கல்லூரிகள் மூடப்பட்டிருந்தன. சாலைகள் வெறிச்சோடிக் கிடந்தன. உறங்கவே உறங்காத நகரமான டோக்கியோவே சகாரா பாலைவனம் மாதிரி காட்சியளித்தது. ராத்திரிக் கூத்து க்ளப்புகளெல்லாம் இழுத்து மூடப்பட்டு ஒரு நாள் உத்தமக்கோலம் கொண்டன. அட ஒரு பத்து பைசா பட்டாணி கூட வாங்க முடியாதபடிக்கு ஆகிப்போனது என்றால் பார்த்துக்கொள்ளுங்கள்.

ஆனால் கில்லாடி ஷோகோ அறிவித்த நாளில் அழிவுத் திட்டம் எதையும் செயல்படுத்தவில்லை. படு சமர்த்தாகத் தான் பதுங்கியிருந்த இடத்திலேயே லிங்காஷ்டகம் படித்துக்கொண்டு இருந்துவிட்டார் போலிருக்கிறது.

பிறகு உண்மை தெரியவந்தது. ஷோகோவின் ஆய்வகத்தில் பணியாற்றிக்கொண்டிருந்த முராய் ஹிடோ (Murai Hideo) என்கிற விஞ்ஞானி,

போலீஸில் சரணடைந்து, வாக்குமூலம் அளிக்க உத்தேசித்திருப்பதாக மகானுக்கு ஒரு தகவல் போயிருக்கிறது. நைச்சியமாகப் பேசி அவரைத் தன் மறைவிடத்துக்கு வரவழைக்க அன்று முயற்சி மேற்கொண்டிருக்கிறார்.

ஆனால் அந்த விஞ்ஞானிக்கு ஷோகோவின் திட்டம் தெரிந்து எஸ்கேப் ஆகிவிட, தன் அழிவுத் திட்டத்தைக் கொஞ்சம் போஸ்ட்போன் பண்ணிவிட்டு, பிடிடா அந்த விஞ்ஞானியை என்று ஆள்களை ஏவிவிட்டு, தாடியைக் கோபமுடன் உருவிக்கொண்டு உட்கார்ந்திருக்கிறார்.

அன்றைக்கு அவர் சிக்கவில்லை. ஆனால் சரியாக எட்டு நாள் கழித்து மாட்டிக்கொண்டார். அவரை டோக்கியோவில் இருந்த ஓம் தலைமையகத்தின் வாசலில் பொதுமக்கள் எதிரே நிற்கவைத்து (முன்னதாக பத்திரிகைகளுக்குத் தகவலும் சொல்லி அனுப்பி!) கேமராக்கள் முன்னிலையில் யாமாகுச்சி குமி என்கிற இளைஞன், யாரும் எதிர்பாராவகையில் நேருக்கு நேர் சுட்டுக் கொன்றான் - பாயிண்ட் ப்ளாங்க் ரேஞ்ச்!

வெலவெலத்துப் போய்விட்டார்கள்.

உடனடியாக அவனைக் கைது செய்து உரிய சடங்கு சம்பிரதாயங்களை நிறைவேற்றினாலும் அந்த யாமாகுச்சியோ ஓமக்குச்சியோ அளித்த வாக்குமூலம்தான் இங்கே முக்கியம்.

'எனக்கும் அந்த ஆசாமிக்கும் சொந்தப் பகை. அதனால் கொன்றேன். இந்தக் கொலைக்குப் பின்னால் வேறு யாருமில்லை.'

இதெல்லாம் காவல்துறையினரை எத்தனை தூரத்துக்கு உசுப்பேத்தும் என்று யோசித்துப் பாருங்கள். அத்தனை பேரும் கொலைவெறியில் திரிந்துகொண்டிருந்தார்கள். எரிகிற கொள்ளியில் எருமைச்சாணி வரட்டியைத் தூக்கிப் போட்டமாதிரி அந்த மே மாதம் 5ம் தேதி ஒரு சம்பவம் நடந்தது.

உலகிலேயே அதிக பிசியான ஸ்டேஷன் என்று சொல்லப்படுகிற டோக்கியோவின் ஷின்ஜூகூ (Shinjuku Station) ரயில்வே ஸ்டேஷனின் டாய்லெட்டில் ஒரு காகிதப் பை எரிந்துகொண்டிருப்பதாக ரயில்வே போலீசுக்கு யாரோ தகவல் சொன்னார்கள். அலறிப்புடைத்துக்கொண்டு ஓடிவந்து தீயை அணைத்துவிட்டு ஆராய்ந்து பார்த்தபோது உள்ளே எரியத் தொடங்கப்போகிற நிலையில் ஹைட்ரஜன் சயனைடு! ஒரு சின்ன பாட்டில். மேலே ஒரு சிறு வால்வு. தீ வால்வுக்குள் போய்விட்டால் சரக்கு வேலையைத் தொடங்கிவிடும்.

தெய்வாதீனமாகக் கண்டுபிடித்துச் செயலிழக்கச் செய்தார்கள். விஷயம் வெளியே வந்தபோது காவல் துறைத் தலைவர், அது செயல்பட்டிருந்தால் என்ன ஆகியிருக்கும் என்றும் சொல்லியிருந்தார்.

இருபதாயிரம் பேர் காலி.

கிட்டத்தட்ட அதே தினத்தில் (ஒன்றிரண்டு மறுநாள்) டோக்கியோ நகரில் மட்டும் பல்வேறு இடங்களில் இதே போன்ற சயனைடு குப்பிகள் கண்டுபிடிக்கப்பட்டன. எரிக்கப்பட்டிருந்தால் விபத்து நிச்சயம் என்கிற நிலையில் அனைத்தையும் பாதுகாப்பாக அப்புறப்படுத்திவிட்டார்கள்.

மறுபுறம் ஓம் என்று யாருடைய உள்ளம் உச்சரித்தால்கூட சந்தேகப்பட்டு அரெஸ்ட் பண்ணும்

படலம் தீவிரமாகத் தொடர்ந்துகொண்டிருந்தது. பல நூற்றுக்கணக்கான ஓம் தொண்டர்கள் கைதானபடியே இருந்தார்கள். யாருடைய, எந்தவித வாதத்தையும் காவல்துறையினர் காதில் போட்டுக்கொள்ள வேயில்லை. வெள்ளைத்தக்காளி பக்தனா? ஏறு உள்ளே. அவ்வளவுதான்.

ஆனால் இதில் ஒரு வியப்பான விஷயம் இருந்தது. டோக்கியோ சுரங்க ரயில் விபத்தில் தேடப்பட்டுவந்த முக்கியக் குற்றவாளிகள் யாரும் அந்தக்கணம் வரை கைதாகவேயில்லை. கைதானவர்களெல்லாம் புதிய சந்தேக கேசுகள்!

கொஞ்சம் வெறுப்பாகத்தான் இருந்தது அவர்களுக்கு. ஆனாலும் முயற்சியைக் கைவிடவில்லை. ஒரு மாதம் டார்கெட் வைத்திருந்தார்கள் அல்லவா?

அந்த மே மாதம் 16ம் தேதி கனவு நனவானது.

13

ஹரி ஓம்!

மே 16, 1995. அணுகுண்டு வீசப்பட்ட தேதிக்கு அப்புறம் ஜப்பானியர்களால் மறக்கவே முடியாத தேதி. அன்றைக்குத்தான் நமது கதாநாயகன் ஷோகோ அசஹாரா காவல் துறையிடம் பிடிபட்டார்.

ஒரு தனி மனிதர். தேசத்தை ஆளும் விருப்பம் இருந்தது. அரசியல் வழியே மக்களைச் சென்றடைவதில் தடை, தாமதங்கள், விபத்துகள் உண்டாகலாம் என்று நினைத்து ஆன்மிகத்தைத் தன் வழியாகத் தேர்ந்தெடுக்கிறார். சகட்டு மேனிக்குப் பித்தலாட்டங்கள். அந்த தாடி மயிர் தாயத்து நினைவிருக்கிறதல்லவா? அது ஒன்று போதுமே? தனி இயக்கம், தனி மதம், ஊரெல்லாம், உலகெல்லாம் பக்தர்கள். மேலுக்கு ஆன்மீகம். உள்ளுக்குள் அயோக்கியத்தனம். விஷவாயு, வெங்காய வெடி, உயிரியல் ஆயுதங்கள்.

எத்தனை ஆண்டுகளாகத் திட்டப்பட்ட திட்டம்! ஒரு தனி மனிதனின் விருப்பத்துக்கு ஒரு தேசமே

உடன்பட்டு, கட்டுண்ட நாகம் மாதிரி அவர் பின்னால் சுற்றிய காலத்தை இப்போது நினைத்துப்பார்த்தால் நம்புவது கொஞ்சம் கஷ்டமாகக் கூடத் தோன்றலாம். நமக்கல்ல; ஜப்பானியர்களுக்கே!

ஆனாலும் அப்படித்தான் இருந்தது நிலைமை. இறுதியில் தனது ஆசிரமம் ஒன்றின் காம்பவுண்டு சுவருக்கு அருகே ரகசியமாகத் தோண்டப்பட்ட சுரங்க அறையில் பதுங்கியிருந்த ஷோகோவை செத்த எலியைக் கொண்டுவருவதுமாதிரி மேலே கொண்டுவந்து போட்டுவிட்டார்கள். அந்தக் கட்டடத்துக்கு கமிகுஷிகி (Kamikuishiki complex) என்று பெயர்.

கவனமாக அந்தக் கட்டடத்தின் உள்ளே பதுங்காமல், காம்பவுண்டு சுவரோரம் வளர்ந்திருந்த ஒரு பெரிய மரத்துக்கு அடியில் குழி தோண்டிப் பதுங்கியிருந்தார் ஷோகோ. படு ப்ரில்லியண்டான யோசனை அது. காம்பவுண்டுக் கதவைத் திறந்ததும் நேரே உள்ளேதானே போவார்கள்? யாருக்கு சுவர் ஓரங்களையும் ஆராயவேண்டும் என்று தோன்றும்?

ஆனால் அதிர்ஷ்டவசமாக உள்ளே நுழைந்த காவலர்களுள் ஒருவரை அப்போது இயற்கை அன்னை அழைக்க, அந்த மரத்தடி பக்கம் தனியே போனார். குறிப்பிட்ட இடத்தில் கால் வைத்தபோது என்னவோ மாதிரி இருக்கிறதே என்று சந்தேகப்பட்டு காலால் குப்பையைத் தள்ளிப் பார்த்தால், அங்கே ஒரு சொர்க்கவாசல்!

ஷோகோகைதான விஷயம் காட்டுத்தீ போல் ஜப்பான் முழுதும் பரவியது. தொலைக்காட்சி நிகழ்ச்சிகள் அனைத்தும் உடனடியாக நிறுத்தப்பட்டு இந்தச்

செய்தியே திரும்பத் திரும்ப ஒளிபரப்பப்பட்டது. மாலைப் பத்திரிகைகள் ஸ்பெஷலாக ஒரு மத்தியான எடிஷன் போட்டன. காலைப் பத்திரிகைகள் மறுநாள் வரை பொறுத்திருக்க வேண்டிய விதியை நொந்துகொண்டன. காவல் துறைத் தலைவர் அலுவலகத்தைச் சுற்றி ஆயிரக்கணக்கான மக்கள்.

ஷோகோவை எங்கே கொண்டுபோகப்போகிறார்கள் என்பது சஸ்பென்ஸாகவே இருந்தது. (கடைசிவரை சொல்லவில்லை.)

முன்னதாக எதற்கும் இருக்கட்டும் என்று நீதிமன்றத்தில் மனு கொடுத்து எந்தக் கணமும் அழைத்துவந்து ஆஜர்படுத்த அனுமதி பெற்றிருந்ததால் கைதான அன்று இரவே நீதிபதியின் முன் கொண்டு நிறுத்திவிட்டார்கள். இரண்டு நிமிட பூர்வாங்க விசாரிப்பு. என்ன கேஸ்?

நேரடியாக 27 கொலைகளில் முதல் குற்றவாளி. 13 சமூக விரோத நடவடிக்கைகளில் முதல் குற்றவாளி. தவிரவும் இருக்கவே இருக்கிறது அந்த சப்வே விஷவாயு வழக்கு. அதன் மூளையே அருமை அண்ணன் தான் அல்லவா?

இதெல்லாவற்றுக்கும் மேலாக ஷோகோ மீது சுமத்தப்பட்ட ஒரு குற்றச்சாட்டு மிகவும் முக்கியமானது. தேசத்தில் குழப்பம் விளைவித்து ஜப்பானிய மன்னரைக் கொன்று அல்லது அகற்றிவிட்டு ஜப்பானின் மன்னராகத் தன்னை முடிசூட்டிக்கொள்ளத் திட்டமிட்டு அதற்காகவே சதித்திட்டம் திட்டிவந்தார் என்பது.

ஜப்பானில் மன்னர் என்பவர் கடவுளுக்கு அடுத்தபடி அல்ல. கடவுளே அவர்தான். இரண்டாம்

உலகப்போரின் இறுதியில் ஜப்பான் தோற்றபோது, மன்னரின் ஆட்சியைக் காப்பாற்ற முடியவில்லையே என்று கதறிய பல ராணுவ அதிகாரிகள் தம் வயிற்றில் தாமே கத்தியால் குத்தி, கிழித்துக்கொண்டு உயிரை விட்டிருக்கிறார்கள் என்பது சரித்திரம்.

மிகவும் சென்சிடிவ் ஏரியா அது. ஷோகோ அந்த அடிப்படையையே அசைத்துப் பார்க்க நினைத்தார் என்பதால் வழக்கில் வாய்தா, ஜாமீன் எல்லாம் சாத்தியமே இல்லாது போயிற்று. பிடித்துக் கொண்டு போய் உள்ளே தள்ளிக் கதவைச் சாத்திவிட்டார்கள்.

ஷோகோ கைதான அன்றே அவரது அடிப்பொடிகள் ஜப்பானில் கடும் குழப்பம் விளைவிக்கப் பார்த்தார்கள். எப்படியாவது தேசத்தில் அவசரநிலைப் பிரகடனம் செய்யவைத்துவிட வேண்டும் என்பதே அவர்களது குறிக்கோளாக இருந்தது.

முதல் காரியமாக டோக்கியோவின் கவர்னரான யுகியோ யோஷிமாவின் (*Yukio Aoshima*) அலுவலகத் துக்கு ஒரு பார்சல் பாம் அனுப்பினார்கள். கிட்டத்தட்ட சினிமா மாதிரியே நடைபெற்ற சம்பவம் அது.

அந்த கவர்னர், தமக்கு வரும் கடிதங்களைத் தானே பிரித்துப் படிக்கிற வழக்கம் உள்ளவர். எனவே அவருக்கு என்ன வந்தாலும் நேரே அவர் டேபிளில் வைத்துவிடுவார்கள். அப்படி இந்த பார்சலும் அவரது டேபிளில் வைக்கப்பட்டிருந்தது.

கவர்னர் லஞ்சுக்குப் புறப்படுவதற்குச் சரியாக ஐந்து நிமிடங்கள் முன்னால் வந்த பார்சல் அது.

எடுத்துப் பிரிக்கப் போனவர், என்னவோ தோன்றி தன் செகரட்டரியிடம், 'மாலை வந்து பார்த்துக்

கொள்கிறேன்' என்று சொல்லிவிட்டு கைகழுவ நகர்ந்தார்.

நான் எல்லாவற்றையும் பிரித்து வைத்துவிடுகிறேன் சார் என்று சொல்லியபடியே அந்த பார்சலை அந்த செகரெட்டரி பிரிக்க, வெடித்துவிட்டது.

அதிர்ஷ்டவசமாக உயிர் போகவில்லை. வெடித்த அதிர்ச்சியில் அவர் கைகளை விசிற, குண்டுக்காயம் விரல்களோடு போயிற்று. (சில விரல்களும் போயிற்று.)

எதிர்பார்த்த விளைவு ஏற்படாத கோபத்தில் தம் பழைய உத்தியான கெமிக்கல் ஆயுதங்களையே மீண்டும் பிரயோகிக்கலாம் என்று முடிவு செய்தது ஷோகோவின் லெஃப்டினண்ட் கோஷ்டி. ஆனால் ஆசிரமங்கள் அனைத்தும் காவல் துறையின் கட்டுப்பாட்டில் இருந்தன. சீல் வைக்கப்பட்டிருந்தன. எனவே புதிதாக ரசாயன ஆயுதங்களை உற்பத்தி செய்தால்தான் உண்டு. ஆய்வகம் இப்போது கிடையாது. ஒரு அப்பார்ட்மெண்டை வாடகைக்கு எடுத்து சாராயம் காய்ச்சுவது மாதிரி கெமிக்கல் காய்ச்ச ஆரம்பித்து ஒரு கோஷ்டி மாட்டிக்கொண்டது.

எனவே எளிதாகச் செய்யக்கூடிய ரசாயன ஆயுதம் எதுவென்று யோசித்து, இறுதியில் சல்ஃபூரிக் ஆசிடையும் சோடியம் சயனைடையும் இரண்டு தனித்தனி பைகளில் நிரப்பி, ஒன்றோடு ஒன்று சேரும் விதத்தில் நெருக்கமாக ஒரு ஓட்டை மட்டும் போட்டு இரண்டையும் இறுகக் கட்டி எடுத்துச் சென்று நாலைந்து இடங்களில் வைத்துவிட்டுப் போய்விட்டார்கள்.

கெமிக்கல் வேலை செய்திருந்தால் கண்டிப்பாக விபரீதம். அதிர்ஷ்டவசமாக இரண்டு பைகளுக்கு

இடையில் போடப்பட்டிருந்த ஓட்டையில் ஏதோ அடைத்துக்கொண்டு விட்டதால் அசம்பாவிதம் ஏதும் நேராமல் தப்பித்தது. காவல் துறை அந்தப் பைகளைக் கண்டறிந்து அப்புறப்படுத்தினார்கள்.

இதனிடையில் ஷோகோவின் ஆசிரமத்து சொத்துகளைப் பாதுகாப்பாக பத்திரப்படுத்தும் பணிகள் துரிதமடைந்திருந்தன. உண்மையில் அவரது ஒரு பில்லியன் டாலர் சொத்தில் மூன்றில் ஒரு பங்கு அளவுக்கே காவல் துறை கைப்பற்றியிருந்தது. பணமாகவும் தங்கப் பாளங்களாகவும் ஷோகோ பல்வேறு இடங்களில் பதுக்கிவைத்திருந்தவை குறித்த விவரங்கள் இயக்கத்தில் மிகச் சிலருக்கு மட்டுமே தெரியும்.

அவர்களில் பலர் கைதாகிவிட்டிருக்க, வெளியில் ரகசியமாகத் திரிந்துகொண்டிருந்த மூன்று அல்லது நான்கு பேர் சேர்ந்து அந்தப் பணத்தை ரகசியமாக வெளிநாடு எதற்காவது அனுப்பி பத்திரப்படுத்தும் முயற்சியில் இறங்கினார்கள். எங்கே, யாருக்கு அனுப்பலாம், எப்படி அனுப்பலாம் என்பது குறித்து சிறையில் இருக்கும் ஷோகோவிடம் கருத்துக் கேட்க மிகவும்முயற்சிசெய்துபார்த்தார்கள். ஆனால்ஷோகோ எந்த இடத்தில் சிறைவைக்கப்பட்டிருக்கிறார் என்கிற விவரமே வெளியில் தெரியாமல் இருந்தது. உண்மையில், காவல் துறையினரிலேயே பலருக்கு அப்போது அந்த விஷயம் தெரியாது.

அத்தனை ஜாக்கிரதை உணர்வு. ஏனெனில் காவல் துறை, சிறைத்துறை, நீதித்துறை என்று அத்தனை இடங்களிலும் அவருக்கு அப்போது பக்தர்கள் அல்லது அனுதாபிகள் இருந்ததுதான்.

ஒன்று சொல்லவேண்டும். ஷோகோ அசஹாரா வழக்கு விசாரணைக்கு மேற்கொள்ளப்பட்ட பாதுகாப்பு ஏற்பாடுகளும் முன்னெச்சரிக்கை நடவடிக்கைகளும் இருபதாம் நூற்றாண்டின் மிகச் சிறந்த வழக்கு விசாரணை என்கிற பெயரை அதற்குப் பெற்றுத்தந்தது. தருமத்திலிருந்து அரை அங்குலம் கூட நகராத வழக்கு என்று பின்னாளில் அத்தனை மேற்கத்திய ஊடகங்களும் புகழ்ந்து பாராட்டிய வழக்கு அது.

ஒவ்வொரு சாட்சிக்கும் நிறைய வாய்ப்பு வழங்கப் பட்டது. தீர்க்கமாக ஒவ்வொரு வழக்கையும் அலசி ஆராய்ந்தது நீதிமன்றம். குற்றவாளிகள் தரப்பைக் கேட்பதிலும் நீதிபதி மிகுந்த அக்கறை காட்டினார். குற்றம் நிரூபிக்கப்படும்வரை யாரும் குற்றவாளிகள் இல்லை என்று வழக்கு நடந்துகொண்டிருந்த நாளில் அடிக்கடி சுட்டிக்காட்டியபடியேதான் இருந்தார்கள்.

கட்சி மாறாட்டம், அந்தர்பல்டி, பொய்ச்சாட்சிகள், பணப்பரிவர்த்தனை என்று எந்தவிதமான கெட்ட சமாசாரங்களுக்கும் இடம் தராமல் ஒன்பது ஆண்டுகாலம் நீடித்த வழக்கின் முடிவில் ஷோகோ அசஹாராவின் மீது சுமத்தப்பட்ட 27 கொலைக் குற்றங்களில் 17 குற்றங்கள் பூரணமாக நிரூபிக்கப்பட்டு அவருக்குத் தூக்குத் தண்டனை விதிக்கப்பட்டது.

அன்றைக்குத் தேதி பிப்ரவரி 27, 2004. ஜப்பானிய நீதித்துறையை உலகமே பாராட்டி மகிழ்ந்தது. ஷோகோவின் பக்தர்கள் மட்டும் ரகசியமாகக் கண்ணீர் விட்டுக்கொண்டிருந்தார்கள்.

அன்றைக்கு மட்டுமல்ல. இன்றுவரை ஷோகோ ஒரு நிரபராதி என்றும் கடவுளின் தூதர் என்றும், எந்தக்

குற்றமும் செய்யாதவர் என்றும் அபாண்டமாகப் பழிவாங்கப்பட்டுவிட்டார் என்றும் வருத்தப்பட்டு, இன்றைக்கும் அவரை வணங்கும் பக்தர்கள் இருக்கவே செய்கிறார்கள். நவீன உலகில் தீவிரவாதத்துக்கு ஒரு புதிய பரிமாணம் சேர்த்தவர் என்கிற வகையில் 'ஷோகோபாணி' தீவிரவாதம் குறித்து ஆராய்ச்சி செய்து வால்யூம் வால்யூமாக எழுதித்தள்ளும் மேற்கத்திய ஆய்வாளர்களும் இருக்கிறார்கள்!

மிக நீண்ட வருடங்கள் நடந்து முடிந்த வழக்கில் ஒரே ஒரு இடத்தில் மட்டும் ஒரு சின்ன பிசிறு அடித்தது. அதையும் சொல்லிவிடவேண்டும்.

ஷோகோவுக்காக எந்த பெரிய வழக்கறிஞரும் நீதிமன்றத்தில் ஆஜராக முன்வராத சூழலில் யோஷிஹிரோ யாசுதா என்கிற மூத்த அட்டர்னி ஒருவர் அவருக்காக ஆஜராக முன்வந்து சில ஹியரிங்களிலும் கலந்துகொண்டார்.

ஆனால் அன்றைய தேதியில் ஜப்பானியர்களுக்கு இருந்த மனநிலையில் ஷோகோவுக்காக வாதாடும் வழக்கறிஞரும் குற்றவாளியாகவே பார்க்கப்பட்டார். அவர்மீதும் என்னென்னவோ குற்றங்களைச் சுமத்தி சிறைக்குத் தள்ளிவிட்டார்கள். அவரது வழக்கறிஞர் அந்தஸ்து பறிக்கப்பட்டு, அவர் இனிமேல் எந்த வழக்கிலும் ஆஜராகக்கூடாது என்று தீர்ப்பாகி விட்டது.

சில மனித உரிமை அமைப்புகள் இதனை எதிர்த்துக் குரல் கொடுத்தன. விஷயம் பத்திரிகைகளிலும் வந்தன. ஆனால் எல்லாம் வெளிநாட்டுப் பத்திரி கைகள். ஜப்பானியப் பத்திரிகைகள் ஷோகோவின் வழக்கறிஞருக்குச் சாதகமாக எழுந்த குரல்களை எட்டாம்பக்கத்தில் கூடப் பிரசுரிக்க மறுத்துவிட்டன!

இதன்பிறகு ஷோகோவுக்காக வாதாட நீதிமன்றமே ஒரு வழக்கறிஞரை நியமிக்கவேண்டிய நிலைமை உண்டானது.

தனக்கு விதிக்கப்பட்ட தண்டனையை எதிர்த்து ஷோகோ அப்பீல் செய்தார். இடைப்பட்ட காலத்தில் சிறையில் யாருடனும் பேசாமல் எப்போதும் கண்மூடி தியானத்திலேயே அமர்ந்திருந்தார். எப்படி ஒரு மனிதன் நாள் முழுதும் கண்ணைத் திறக்காமலேயே இருக்கமுடியும் என்று சிறைக்காவலர்கள் வியந்தார்கள். ஆனால் இன்றைக்குவரைக்கும் ஷோகோ அப்படித்தான் இருக்கிறார்.

செப்டெம்பர் 15, 2006 அன்று ஜப்பான் உச்சநீதிமன்றம் ஷோகோவின் அப்பீலைத் தள்ளுபடி செய்து, அவரது மரணதண்டனையை உறுதிப்படுத்திவிட்டது. ஷோகோ தன் இறுதி தினத்துக்காக இப்போது காத்துக்கொண்டிருக்கிறார்!

ஆனால் ஒன்று. அவரது இயக்கம் முற்றிலும் அழிந்து விடவில்லை. பல் பிடுங்கிய பாம்புதான் என்றாலும் இப்போதும் இயங்கிக்கொண்டுதான் இருக்கிறது. உபதேசங்கள், போதனைகள், சிறப்பு வகுப்புகள் இத்தியாதி. ஆனால் தப்பித்தவறிக்கூட ஆயுதம் என்று நினைத்துவிட முடியாது.

ரசாயனம் காய்ச்சுவதா? மூச்! உள்ளே பால் காய்ச்சினால்கூட போலீஸ் வந்து அள்ளிக்கொண்டு போய்விடும்!

○○○

www.ingramcontent.com/pod-product-compliance
Lightning Source LLC
La Vergne TN
LVHW051547170726
843492LV00006B/1989